D1771548

ஆத்மாநாம்
தேர்ந்தெடுத்த கவிதைகள்

ஆத்மாநாம்
தேர்ந்தெடுத்த கவிதைகள்

யுவன் சந்திரசேகர் (பி. 1961)
தொகுப்பாசிரியர்

யுவன் சந்திரசேகர் (எம்.யுவன்) பிறந்தது மதுரை மாவட்டம் சோழவந்தானுக்கு அருகிலுள்ள கரட்டுப்பட்டி என்ற சிறு கிராமத்தில். வசிப்பது சென்னையில். பாரத ஸ்டேட் வங்கியில் பணிபுரிந்து விருப்ப ஓய்வு பெற்றிருக்கிறார்.

மின்னஞ்சல்: writeryuvan@gmail.com

ஆத்மாநாம்
தேர்ந்தெடுத்த கவிதைகள்

தொகுப்பாசிரியர்
யுவன் சந்திரசேகர்

காலச்சுவடு பதிப்பகம்

அன்பார்ந்த வாசகருக்கு,

வணக்கம்.

காலச்சுவடு நூலை வாங்கியமைக்கு நன்றி.

நூலின் உள்ளடக்கம், உருவாக்கம், அட்டைப்படம் இன்ன பிற அம்சங்கள் பற்றிய உங்கள் கருத்துகளையும் ஆலோசனைகளையும் காலச்சுவடு வரவேற்கிறது. தகவல், எழுத்து, வாக்கியப் பிழைகள் தென்பட்டால் கட்டாயம் தெரிவித்து உதவுங்கள். நூல் தயாரிப்பில் கடும் குறைபாடு இருப்பின் மாற்றுப் பிரதி உங்களுக்குக் கிடைக்கக் காலச்சுவடு ஏற்பாடு செய்யும்.

மின்னஞ்சல்: **publisher@kalachuvadu.com**

காலச்சுவடு நாகர்கோவில் தலைமையகத்துக்கும் கடிதம் அனுப்பலாம்.

தங்கள்
எஸ்.ஆர். சுந்தரம் (கண்ணன்)
பதிப்பாளர் – நிர்வாக இயக்குநர்

ஆத்மாநாம் ♦ கவிதைகள் ♦ ஆசிரியர்: ஆத்மாநாம் ♦ தொகுப்பாசிரியர்: யுவன் சந்திரசேகர் ♦ © S.K. ரகுநந்தன் ♦ முதல் பதிப்பு: ஜூலை 2022 ♦ வெளியீடு: காலச்சுவடு, 669, கே.பி. சாலை, நாகர்கோவில் 629001

காலச்சுவடு பதிப்பக வெளியீடு: 1091

aatmanaam ♦ Poems ♦ Author: Athmaanaam ♦ Compiler: Yuvan Chandrasekaran ♦ © S.K. Ragunandan ♦ Language: Tamil ♦ First Edition: July 2022 ♦ Size: Demy 1 x 8 ♦ Paper: 18.6 kg maplitho ♦ Pages: 80

Published by Kalachuvadu, 669 K.P. Road, Nagercoil 629001, India ♦ Phone: 91-4652-278525 ♦ e-mail: publications @kalachuvadu.com ♦ Printed at Mani Offset, Chennai 600077

ISBN: 978-93-5523-106-2

பொருளடக்கம்

முன்னுரை: புறவுலகுடன் பொருதிய அகவுலகவாசி	9
அழிவு	15
மறுபரிசீலனை	16
என் ரோஜாப் பதியன்கள்	17
ஏரி	18
அவரவர் பாட்டுக்கு	19
இழுப்பறைகள் கொண்ட மேஜை	20
சுதந்திரம்	21
நாளை நமதே	22
குட்டி இளவரசிக்கு ஒரு கடிதம்	23
நான்	24
உன் நினைவுகள்	25
தும்பி	27
களைதல்	28
சுழற்சி	29
செய் அல்லது செத்து மடி	30
வகுப்புக்கு வரும் எலும்புக்கூடு	31
ஏதாவது செய்	33
எழுதுங்கள்	34
அவள்	35

அவசரம்	36
இந்த நகரத்தை எரிப்பது	37
சாதனை	38
விடு	39
ஆரம்பம்	40
இன்னும்	41
என் அறை	42
சில எதிர்கால நிஜங்கள்	44
அமைதிப்படுகையில்	45
அழைப்பு	46
பழக்கம்	47
நன்றி நவிலல்	48
காகிதத்தில் ஒரு கோடு	49
தரிசனம்	50
போய்யா போ	51
வேலை	53
வெளியேற்றம்	54
ஆத்மாநாம் கவிதைகள்: ஓர் உரையாடல்	55

முன்னுரை

புறவுலகுடன் பொருதிய அகவுலகவாசி

கிட்டத்தட்ட ஏழு வருடங்கள் ஓடிவிட்டன – ஆத்மாநாம் பற்றிய இந்த உரையாடலை சுகுமாரனுடன் மேற்கொண்டு. பல்வேறு புறக்காரணங் களால் நூலாக்கம் ஒத்திப்போய்க்கொண்டே இருந்தது. நூலாக்குவதையொட்டி, இப்போது வாசித்த வேளையிலும், இந்த உரையாடலில் மேலதிகமாக ஏதும் சேர்க்கத் தோன்றவில்லை, இருவருக்குமே. முப்பது வருடங்களுக்கு முன்னால் தெரியவந்த கவிஞரைப் பற்றிப் பேசத் தொடங்கிய மாத்திரத்தில் எல்லாமே புதுசாகிவிட்டதாக உணர்கிறேன்!

1984 இறுதியாய் இருக்கலாம். பிரம்மராஜன் அடிக்கடி மதுரை வருவார். அன்னம் புத்தக மையம் என்று கவிஞர் மீரா நடத்திய புத்தகக் கடையில் அவருடைய அறிமுகம் கிடைத்தது. ஊர் திரும்பியவர் *மீட்சி* பத்திரிகையின் சமீபத்திய இதழைத் தபாலில் அனுப்பியிருந்தார். அதில் இருந்த (டேட்யூஸ் ரோஸ்விக்ஸ் போன்ற)வெளிநாட்டுப் பெயர்களும் கட்டுரைகளில் தென்பட்ட கோட்பாட்டுச் சொற்களும் என எல்லாமே புதிதாகவும் புரியாதவையாகவும் இருந்தன. இன்றளவும் நினைவிலிருக்கும் ஒரு விஷயம், 'இடைவெளி' சம்பத்தின் அகால மரணத்தையொட்டி, *மீட்சியில்* அமரர் ஐராவதம் எழுயிருந்த 'உதிர்ந்த நட்சத்திரம்' என்ற அஞ்சலிக் கட்டுரை. அதன் மொழியும் அடுக்கியிருந்த தகவல்களும் புனைகதையின் சுவாரசியத்தை

வழங்கின. அடுத்தமுறை பார்க்கும்போது, அது சிறுகதையா என்று பிரம்மராஜனிடம் கேட்டதும் அவர் புன்சிரித்ததும் நினைவு வருகிறது. எனக்கு 'சம்பத்' என்ற பெயருமே புதியதுதான். பின்னர் வெகுகாலத்துக்கு எனக்குத் தெரியவந்த அயல்தேசக் கவிஞர்கள் பலருடைய பெயரும் பிரம்மராஜன் வழியாகக் கிடைத்தவையே. நானாய்த் தேடிச்செல்லும் ஊக்கமும் அவரிடமிருந்து பெற்றதுதான்.

மீட்சி இதழ்கள் வழியாகவோ, பிரம்மராஜனின் நேர்ப்பேச்சிலோதான் முதன்முதலாக ஆத்மாநாம் பற்றித் தெரிய வந்திருக்க வேண்டும். அந்தப் பெயர் எனக்கு வித்தியாசமாய்ப் பட்டது. பின்னர், 'காகிதத்தில் ஒரு கோடு' வாசிக்கக் கிடைத்தது. பாரதியார், ந. பிச்சமூர்த்தி கவிதைகளெல்லாம் பரிச்சயமாகி யிருந்தன; நானே கொஞ்சம் கவிதைகள் எழுதவும் (!) செய்திருந்தேன் என்றபோதிலும், ஆத்மாநாமின் உலகத்துக்குள் நுழைவது சுலபமாய் இல்லை. யோசித்தால், தனிமனித மனத்தின் இண்டு இடுக்குகளில் எனக்கு இருக்குமளவு ஆர்வம் பொதுச் சமூக விஷயங்களில் இருந்ததில்லையோ என்று தோன்றுகிறது. பின்னாட்களில் ஜே. கிருஷ்ணமூர்த்தியின் நூல்களில் ஆவல் பிறந்ததற்கும், இதுவே காரணமாய் இருக்கலாம். சமூக மாற்றம் தனிமனிதர்களிடமிருந்து ஆரம்பித்தால்தான் உண்டு என்பதுதானே அவருடைய வாதம்.

தனிப்பாடல் திரட்டில் தனக்குத் தானே பேசிக்கொள்ளத் தொடங்கிய தமிழ்க் கவிஞன் அதிருப்தியின் சின்னமான மத்தியதர வர்க்கத்தவனாக, நவீன காலம் பற்றிய அவதானமும் கரிசனமும் கொண்டவனாக முழுக்க மாறியது ஆத்மாநாமின் வருகைக்குப் பிறகு என்றே கருதுகிறேன். சி. மணி, ஞானக்கூத்தன், பசுவய்யா போன்றோரின் கவிதைகளிலும் இந்த மாற்றத்தின் தடயங்களைப் பார்க்க முடியும் என்றாலும் ஹிப்பி மனோபாவத்துக்கு நெருக்கமான விலகலையும் அந்நிய உணர்வையும் நவீனகாலக் குறியீடுகளையும் 'மட்டுமே' முன்வைத்த பெருமை ஆத்மாநாமுடையது. தர்க்கப்படி, ஆத்மாநாமை எதிர்கொள்வதில் எனக்கு சிக்கல் இருந்திருக்கக் கூடாது.

தகப்பனாரின் அகால மரணத்தையொட்டி, தாய்க் குடும்பம் எனக்குப் பரிசளித்த தனிமையும் நிரந்தரமான போதாமை யுணர்வும் பிறருடன் எனக்கு நேர்ந்த நெட்டுக்குத்தான விலகலும், அப்பாவின் ஞாபகார்த்தமாக எனக்குள் தீவிரமடைந்த வாசிப்பு ஆர்வமும் ஆத்மாநாமைச் சுலபமாக என்னை நெருங்க

வைத்திருக்க வேண்டும். ஆனால், அவ்வாறு நடக்கவில்லை. சில காரணங்கள் தோன்றுகின்றன.

ஆத்மாநாமின் சொல்லலில் இருந்த நகர்சார் தன்மை; கிராமத்திலும், தனது கிராமிய அடையாளங்களைத் துறக்கச் சம்மதிக்காத மதுரையிலும் கல்வி கற்று வளர்ந்து, சிறுநகர்களில் பணிபுரிந்த காலத்திலும் எனக்குள் எஞ்சியிருந்த சிறுவன் என்று இரண்டு முதல் காரணங்கள். முப்பத்துமூன்று வயதில் சென்னைக்குக் குடிபெயர்ந்தபோதுகூட மாநகரத்தின் விஸ்தீரணமும் மனோபாவமும் எனக்கு அளித்த அதிர்ச்சி அபரிமிதமானது. ஆக, ஆத்மாநாமின் கவிதைகளில் இடம்பெற்ற நகர்சார் குறியீடுகள்தாம் என்னுடைய முதல் சிக்கல்.

இரண்டாவதாக, அவருடைய கவிதைகளில் இருந்த ஒருவித சிதறலான தன்மை. வார்த்தைகளையும் வாக்கியங்களையும் பிரக்ஞைபூர்வமாக, கோவையாக ஒருங்கிணைத்துக் கவிதை யெழுப்பிய முந்தைய தலைமுறைபோல இல்லாமல் தன்னிச்சையான தனித்தனி வாக்கியங்களைச் சிலநேரம் தொடர்போடும் சிலநேரம் தொடர்பற்றும் கோத்து நகர்த்திய சொல்முறை. சாதாரண வாக்கியத்திலேயே சூட்சுமமாக ஏதோ ஒளிந்திருக்கிறதோ என்று தோன்றவைத்ததால் உண்டான மிரட்சி.

அடுத்து, இந்தியத் தத்துவ மரபில் வேரூன்றி இருந்த ந. பிச்சமூர்த்தி போன்றவர்களின் கவிதைகளிலிருந்து முற்றிலும் மாறுபட்டிருந்த தத்துவப் பார்வை. (எனக்கு அப்படித் தோன்றியது; மேற்கத்தியத் தத்துவப் பரிச்சயமுள்ளவர்கள் உறுதிசெய்யவோ மறுக்கவோ வேண்டிய சமாசாரம் இது.)

அப்புறம், தனிமனிதனாகவும் சமூகஜீவியாகவும் அவருடைய வரிகளில் மாறிமாறிப் பார்க்கக் கிடைத்த அவதாரங்கள்; இதில் இன்னமும் குழப்பம், மேற்சொன்ன இரண்டு முனைகளும் பலசமயம் ஒரே கவிதையில் தென்பட்டுவிடுவது.

மொழியிலும், சொல்முறையிலும் அக உலகம், புற உலகம் என்ற வேறுபாடு துல்லியமான பிளவாக நிர்மாணிக்கப்படாததுவும், எந்த முனையைப் பற்றிக்கொண்டு இந்தக் கவிதைகளுக்குள் நுழைவது என்ற திகைப்பை விளைவித்தது.

இறுதியாய், ஒரு புது வாசகனாக மௌனியின் உரைநடை யில் நான் எதிர்கொண்ட அதே சிரமம், ஆத்மாநாமின் கவிதைகளிலும் கிடைக்கத்தான் செய்தது. இலக்கண வழுபோலத் தென்படக்கூடிய பிரயோகங்கள் எந்த அளவு

உத்தேசபூர்வமானவை; எந்த அளவு பித்துநிலையின் பிதற்றல்; எந்த அளவு கவனக் குறைவு என்றெல்லாம் நிர்ணயித்து அறிவது அத்தனை சுலபமல்ல. இன்னொரு வகையில், நகுலனின் கவிதைகளைப்போல, மொழியளவில் தெளிவாய் இருந்தும், 'இது எதனால் கவிதை ஆகிறது?' என்று அறிய முடியாத வேதனை. இத்தனைக்கும், 'சிலையை உடை / என் சிலையை உடை / கடலோரம் காலடிச் சுவடு' என்பது போன்ற பூடகமான சொல்முறைக்கு முன்பே பழகியிருந்தவன்தான்.

ஆனாலும், ஆத்மாநாமின் கவிதைகளைச் சுலபமாக உதறி விலக முடியவில்லை. அவை ஏதோவொரு வகையில், எனக்கான கவிதைகளாக இருந்தவாறே என்னை நெருங்கவிடாமல் மிரட்டின என்றுதான் இன்றைய வார்த்தைகளில் சொல்லத் தோன்றுகிறது. ஒட்டுமொத்தமாகப் புரியாவிட்டாலும், நான் பெற்றுக்கொண்டது என்ன என்று தொகுத்துக்கொள்ள இடமளிக்காவிட்டாலும், இடையிடையே வந்த வரிகள் தந்த கிளர்ச்சி அலாதியானது. புரியாத வரிகளிலும் பொதிந்திருந்த, இன்னதென்று புரியாத ஒரு வசீகரம். அவற்றில் தொனித்த சீரிய கரிசனம். ஆக, புரியாவிட்டால்தான் என்ன என்ற சமரசத்தோடு, தொடர்ந்து ஆத்மாநாமை வாசித்துக்கொண்டிருந்தேன்.

இத்தனை வருடம் ஆகியிருக்கிறது – கவிதை 'புரிய' வேண்டியதில்லை; 'உணர'க் கிடைத்தால் போதும் என்பது புரிவதற்கு! ஆமாம், கவிஞனின் சொற்கள் அல்ல; அவற்றில் மறைமுகமாக ஒலிக்கும் அவனுடைய குரலைக் கேட்க முடிந்தால் போதும். பொதுவாகவே, கோட்பாட்டு விமர்சனத்தில் எனக்கு ஆர்வமில்லை; கோட்பாடுகளை ஊன்றிக் கற்கும் திறனும் இல்லை. சற்றே மாற்றுக் குறைவானதாகத் தமிழ்ச் சூழலில் அடையாளம் காணப்படும் 'ரசனை' விமர்சனமே எனக்கு உவப்பானது. இந்த இரண்டாவது வகையில், ஒரு பெரும் அனுகூலம் இருப்பதாக நம்புகிறேன் – கவிதையை, கவிஞனைப் புறவயமாக நிறுத்திப் பார்க்கும் முதல் வகைக்குப் பதிலாக, உணர்வுபூர்வமாக, ஆத்மார்த்தமாக நெருங்கிப் பார்க்கும் அணுகுமுறை இது. கலையின் நோக்கம் 'உணர்த்துவது'தான்; அறியத்தருவது அல்ல என்றே நம்புகிறேன்.

நவீன தமிழ்க் கவிதையின் சிடுக்குகளை அறுபடாமல் அவிழ்க்கும் உத்திகள் கொஞ்சம்கொஞ்சமாய் எனக்கு வசப்பட ஆரம்பித்தபோது, இன்னொரு அறிதலும் வாய்த்தது. ஒரு

குறிப்பிட்ட கவிதை என்ன 'சொல்கிறது' என்று கண்டறிவது அல்ல; அதிலிருந்து நான் என்ன 'பெற்றுக்கொள்கிறேன்' என்பதே முக்கியம் என்பது.

ஆக, ஆத்மாநாம் என்று ஒருவர் 'வெளியில்' இல்லை. அவரவர் வனைந்துகொள்ளும் ஆத்மாநாம் அவரவருக்கு. என்னுடைய அளவைகள் இன்னொருவருக்கோ, அவருடையவை எனக்கோ பயன்படுவதற்கு ஒரு முகாந்திரமும் இல்லை. அதிக பட்சம் வீட்டு முகவரியையும் போய்ச்சேரும் வழியையும் குறிப்புணர்த்தலாம். வீட்டில் இருப்பவருடனான தொடர்பும் உறவும் அந்த இருவர் சம்பந்தப்பட்டது மட்டுமே. ஒன்று மட்டும் நிச்சயமாய்ச் சொல்வேன்: ஆத்மாநாமை வாசிக்கத் தெரியாமல் திகைத்த இளம் மனத்தை, கவிதைகள் எழுதவும் அவரைப் பற்றியே உரையாடவும் கைபிடித்து அழைத்துவந்தவர்களில் ஆத்மாநாமுக்கும் முக்கியமான இடம் உண்டு.

நவீன தமிழ்க் கவிதை பற்றியும், அதன் தவிர்க்க முடியாத அங்கமாக இடம்பெற்றுவிட்ட ஆத்மாநாம் பற்றியும் எனக்குள் புகைமூட்டமாக இருந்த அபிப்பிராயங்களை வெளிப்படையாகப் பரிசீலிக்கும் செயல்பாடாகவே சுகுமாரனுடனான இந்த உரையாடலைக் கருதுகிறேன். அவரும் இப்படித்தான் உணர்கிறாரா என்று கேட்க வேண்டும். அவர் 'ஆமாம்' என்று சொல்லும் பட்சத்தில், இரண்டு தோராயங்களின் உரையாடல் என்றே இதைக் கொள்ளலாம்.

சென்னை   **யுவன் சந்திரசேகர்**
02.05.2022

அழிவு

என்னை அழித்தாலும்
என் எழுத்தை அழிக்க இயலாது
என் எழுத்தை அழித்தாலும்
அதன் சப்தத்தை அழிக்க இயலாது
என் சப்தத்தை அழித்தாலும்
அதன் எதிரொலியை அழிக்க இயலாது
என் எதிரொலியை அழித்தாலும்
அதன் உலகத்தை அழிக்க இயலாது
என் உலகத்தை அழித்தாலும்
அதன் நட்சத்திரக் கூட்டங்களை அழிக்க இயலாது
என் நட்சத்திரக் கூட்டங்களை அழித்தாலும்
அதன் ஒழுங்கை அழிக்க இயலாது
என் ஒழுங்கை அழித்தாலும்
அதன் உள்ளழகை அழிக்க இயலாது
என் உள்ளழகை அழித்தாலும்
என்னை அழிக்க இயலாது
என்னை அழித்தாலும்
என்னை அழிக்க இயலாது
அழிப்பது இயல்பு
தோன்றுதல் இயற்கை

◆

மறுபரிசீலனை

நான் எதனையுமே மறுபரிசீலனைக்கே விட்டுவிடுகிறேன்
நான் படித்த புத்தகங்கள் என்னைக் கேலி செய்கின்றன
நீ பழைய மனிதன்தான் என்கிறது ஒரு புத்தகம்
புதிய மனிதன்தான் என்கிறது இன்னொரு புத்தகம்
நான் மனிதன்தானா என்று சோதித்துக்கொள்ளும்
நிர்ப்பந்தங்கள்
தொண்டையில் சிக்கிக்கொண்ட மீனின் முள்ளென
பச்சைப் புல்வெளியிடை சிக்கிக்கொண்ட கரும்பாம்பு
வெறுமனே சும்மா இருக்க முடியாத பேனா
சிதறிப்பறக்கும் பிணந்தின்னிக் கழுகுகள்
எங்கோ கேட்கும் கூக்குரல்
துணிக்கயிற்றில் தொங்கும் குரல்வளைகள்
தூங்குபவர்களையும் தூங்குவது போல் நடிப்பவர்களையும்
எழுப்பும் வார்த்தைக் கூட்டங்கள்
புறப்பட்டாகிவிட்டது கருப்புப் படை

◆

என் ரோஜாப் பதியன்கள்

என்னுடைய இரண்டு ரோஜாப் பதியன்களை
இன்று மாலை சந்திக்கப் போகிறேன்
நான் வருவது அதற்குத் தெரியும்
மெலிதாய்க் காற்றில் அசையும் கிளைகள்
பரபரத்து என்னை வரவேற்கத் தயாராவது
எனக்குப் புரிகிறது
நான் மெல்லப் படியேறி வருகிறேன்
தோழமையுடன் அவை என்னைப் பார்க்கின்றன
புன்னகைத்து அறைக்குள் நுழைகிறேன்
செருப்பைக் கழற்றி முகம் கழுவி
பூத்துவாலையால் துடைத்துக்கொண்டு
கண்ணாடியால் எனைப் பார்த்து
வெளி வருகிறேன்
ஒரு குவளைத் தண்ணீரைக் கையிலேந்தி
என் ரோஜாப் பதியன்களுக்கு ஊற்றுகிறேன்
நான் ஊற்றும் நீரைவிட
நான்தான் முக்கியமதற்கு
மெல்ல என்னைக் கேட்கின்றன
என்ன செய்தாய் இன்று என
உன்னைத்தான் நினைத்துக்கொண்டிருந்தேன் என
பொய் சொல்ல மனமின்றி
செய்த காரியங்களைச் சொன்னேன்
அதனை நினைத்துக் கொண்ட கணத்தைச் சொன்னேன்
சிரித்தபடி காலை பார்ப்போம்
போய்த் தூங்கு என்றன
மீண்டும் ஒரு முறை அவற்றைப் பார்த்தேன்
கதவைச் சாற்றி படுக்கையில் சாய்ந்தேன்
காலை வருவதை எண்ணியபடி

◆

ஏரி

புதிய தாய்த் தோன்றிக்
காத் திருந்தது ஒரு ஏரி
எனக் காய்

கூர்மையான பக்கங் களைக்கொண்ட
பற்கள் தாறுமா றாய்ச்
சிதறிக் காத்தன
ஏரியை
அதன் விளையாட்டு ஓரங்களில்

வானம் தன் முக அலங்காரம்
சிரத்தையாய்ச் செய்து கொண்டிருந்தது

தூக்கணாங் குருவிகள் போற் சில புட்கள்
இங்கு மங்கும் விரைந்து கொண்டிருந்தன

செங்கற்கள் ஆகாத சில மண் சதுரங்கள்
ரயில்களின் போக்குவரத்தை
வேடிக்கைப் பார்த்துக் கொண்டிருந்தன

ஏனோ நான் மட்டும்
கவிதை எழுதிக் கொண்டிருக்கிறேன்

◆

அவரவர் பாட்டுக்கு

எல்லோரும் அவரவர் பாட்டுக்கு
ஒன்றுக்கிருந்துகொண்டிருந்தார்கள்
நான் நுழைந்ததும்
அவையிலே அமைதி
நான் கேட்டேன்
ஏன் நிறுத்திவிட்டீர்கள்
அவரவர் போதனைக்கேற்ப
திரும்பிப் பார்த்தேன்
எல்லாம் உன்னால்தான்
உற்றுப் பார்த்தேன்
கேட்டது ஒரு குரல்
ஒன்றும் விளங்கவில்லை
குப்புற விழுந்து பார்த்தேன்
எல்லாம்
நின்ற நிலையிலேயே
அரங்கேறிக்கொண்டிருந்தது
தாவிக் குதித்தேன்
பாதாள சாக்கடை வறண்டிருந்தது
எங்கும் நில நடுக்கம்
மெல்ல எட்டிப் பார்த்தேன்
இரண்டு கையளவு
ஒற்றைச் சூரியகாந்திப்பூ

◆

இழுப்பறைகள் கொண்ட மேஜை

அது உறுதியாகத் தரையில் இருப்பது போல்தான் படுகிறது
நான் பறந்துகொண்டும் தத்திக்கொண்டும் இருக்கிறேன்
எங்கிருந்தோ கிடைத்த புத்தகங்களையும் பொருட்களையும்
மேஜைமேல் அடுக்கிக்கொண்டே போகிறேன்
நானும் களைந்துகொண்டேயிருக்கிறேன்
குதித்துவிடுவான் ஒன்றுமேயில்லை என்ற ஆவலான குரல்
கேட்கிறது
புத்தகங்களையும் பொருட்களையும் கொஞ்சம்
கொஞ்சமாய் வீழ்த்துகிறேன்
சிரித்துக்கொண்டே தப்பித்துவிட்ட சிரிப்பொலி கேட்கிறது
உருவம் புலப்படுவது போல் இருக்கிறது
அடுத்து நான் விழ வேண்டும்
துணிகள் ஏராளமாய்க் கொண்ட இழுப்பறை ஒரு பக்கம்
ஆவலான சிரிப்பொலி மறுபக்கம்
நான் வீழ்ந்தேன் நடுக்கடலுக்குள்
எழுந்தேன்

♦

சுதந்திரம்

எனது சுதந்திரம்
அரசாலோ தனிநபராலோ
பறிக்கப்படுமெனில்
அது என் சுதந்திரம் இல்லை
அவர்களின் சுதந்திரம்தான்

உனக்கொரு அறை
உனக்கொரு கட்டிலுண்டு
உனக்கொரு மேஜை உண்டு
உனக்குள்ள ஒரே உரிமை
சிந்திப்பது மட்டும்தான்

மாற்றானைத் தூண்டுமுன்னெழுத்து
எப்படிச் சமூகம் அனுமதிக்கும்

மலைகளைப் பார்
மரங்களைப் பார்
பூச்செடிகளைப் பார்
இடையறாது ஓடும்
ஜீவ நதிகளைப் பார்
பரந்த கடலைப் பார்
இதமூட்டும்
கடற்கரையைப் பார்
எவ்வளவு இல்லை நீ பார்க்க

ஏன் அக்கசடர்களைக் குறித்து
வருந்துகிறாய்
குமுறுகிறாய்
எழுத்துக் கூட்டங்களைச் சேர்க்கிறாய்

உன் வேலை
உன் உணவு
உன் வேலைக்குப் போய்வரச் சுதந்திரம்
இவற்றுக்கு மேல்
வேறென்ன வேண்டும்

சாப்பிடு தூங்கு மலங்கழி
வேலைக்குப் போ
உன் மீது ஆசை இருந்தால்
குறுக்கிடாதே

♦

நாளை நமதே

கண்களில் நீர் தளும்ப இதைச் சொல்கிறேன்
இருபதாம் நூற்றாண்டு செத்துவிட்டது
சிந்தனையாளர் சிறு குழுக்களாயினர்
கொள்கைகளை
கோஷ வெறியேற்றி
ஊர்வலம் வந்தனர் தலைவர்கள்
மனச் சீரழிவே கலையாகத் துவங்கிற்று
மெல்லக் கொல்லும் நஞ்சை
உணவாய்ப் புசித்தனர்
எளிய மக்கள்
புரட்சி போராட்டம்
எனும் வார்த்தைகளினின்று
அந்நியமாயினர்
இருப்பை உணராது
இறப்புக்காய்த் தவம் புரிகின்றனர்
என் ஸக மனிதர்கள்
இந்தத் துக்கத்திலும்
என் நம்பிக்கை
நாளை நமதே

◆

குட்டி இளவரசிக்கு ஒரு கடிதம்

ஹலோ என்ன சௌக்கியமா
இப்பொழுது புதிதாக என்ன விளையாட்டு கண்டு
பிடித்துள்ளாய்
உன்னுடைய Scamp எப்படி இருக்கிறது
பூச்செடிகளுக்கிடையே
புல்தரைகளின் மேல்
நெடிய பசும் மரங்களின் கீழ்
சுற்றிலும் வண்ணாத்திப்பூச்சி
மரச்சுவர்களுக்கிடையே
சிவப்பு வீட்டின் உள்ளேயிருந்து
Scamp எட்டிப் பார்க்கிறான்
வெளியே பழுப்பு நாய் இருந்தான்
என்ன விஷயமென்று Scamp வெளியே வந்தான்
தெரியாதா நம்முடைய கூட்டம் மரத்தடியில்
சீக்கிரம் வந்துவிடு என்றான்
பல வர்ண நாய்களுக்கிடையே தாவி நுழைந்தான்
கேட்டது ஒரு கேள்வி
எங்கள் தலைவனைக் கௌரவிக்க
நாமெல்லோரும் கூடியிருக்கிறோம்
அவர் கண்டுபிடித்ததென்ன
அடக்கத்துடன் Scamp சொன்னான்
பின்னால் சுமக்கும் பை
கூட்டம் கலைந்தது
அடுத்த கதையை நீ சொல்
அன்புடன் என்றும் உன்

◆

நான்

இருபத்தி இரண்டு ஆண்டுகள்
படிப்பு வேலை தொழில்
எல்லாம் பார்த்தாகிவிட்டது
சந்தித்த முகங்கள்
மறக்கத் துவங்கியாயிற்று
என் தாய் இப்பொழுது விதவை
வானொலிப் பெட்டிகள் மாற்றப்பட்டு
வானொளிப் பெட்டிகள் வந்துவிட்டன
கோடிக்கணக்கான வார்த்தைகள் சேர்ந்து
எங்கும் கவிதைகளாய்த் தெரிகின்றன
பழைய புதிய இலக்கியங்கள்
வெளிவந்தவண்ணமிருக்கின்றன
கட்சிகள் உடைந்து
ஏராளமாய்ப் புதிய கட்சிகள்
தோன்றியுள்ளன
ஏராளமான தலைவர்கள் இறந்துள்ளனர்
புதிய புதிய தலைவர்கள் உருவாகி வருகின்றனர்
தெருக்களின் பெயர்கள் மாறி வருகின்றன
புதிய நகர்ப்புறங்கள் உருவாகியுள்ளன
விஞ்ஞானத்தில்
மெய்ஞ்ஞானத்தில்
ஏராளமான சாதனைகள் நிகழ்கின்றன
பல போர்களை
உலகெங்கும் பார்த்தாகிவிட்டது
இதோ உலகப்போர்
இதோ உலகப்போர்
என்ற அச்சம் பலமுறை வந்துவிட்டது
இனி போரே இல்லை
இரு பக்கமும் சமம்
என்ற குரலும் பழகிவிட்டது
அணுப் போருக்குப் பின்
புதிய சமுதாயம்தான்
என்றும் அச்சுறுத்தியாகிவிட்டது
இருந்தும்
இன்னும் ஒரு முறைகூட
அண்டை வீட்டானுடன் பேசியதில்லை

◆

உன் நினைவுகள்

எனினும் நான்
உற்றுப் பார்த்தேன்
கூர் வைரக்கற்கள்
சிதறும் ஒளிக் கற்றைகளை
வீசும் விளக்கை

அப்பொழுதேனும்
துடிக்கும் மனத்தின்
பிணைப்பினின்று மீள

முடியாது இவ்விதம்
தொடர்ந்திருக்க முடியாது என்று
நிற்கும் தரையின்
பரிமாணங்களைச் செதுக்கிய
ஓவியத்திற்குச் செல்வேன்
பழகிவிட்ட ஓவியமும்
கைவிடும்

உதிர முடியாத
காகிதப் பூக்கள்
வண்ணம் இழக்கும்

மெல்லிய ஒலியுடன்
நாடி நரம்புகளைத்
தொற்றிக்கொண்டு
சிறிது நேரம்
மூச்சளிக்கும் இசை

எழுத்துக் கூட்டங்களுக்கும்
தொடர்வேன்
ஏதேனும் ஒரு மூலையில்
உன் நினைவுகள்

என் அறையில்
நான் முடங்கிக் கிடக்கையில்
எப்பொழுதேனும்
அந்த உயிரிழந்த பஸ்ஸரை
அழுத்திச் சென்றுவிட்டாயோ
என்று மன மதிரும்

பின்னர்
உயிர்த்திருக்கும் புட்களுடன்
தேடிக்கொண்டிருப்பேன் அலையும் நினைவுகளில்

◆

தும்பி

எனது ஹெலிகாப்டர்களைப்
பறக்க விட்டேன்
எங்கும் தும்பிகள்
எனது தும்பிகளைப்
பறக்க விட்டேன்
எங்கும் வெடிகுண்டு விமானங்கள்
எனது வெடிகுண்டு விமானங்களைப்
பறக்க விட்டேன்
எங்கும் அமைதி
எனது அமைதியைப்
பறக்க விட்டேன்
எங்கும் தாங்கவொண்ணா விபரீதம்

◆

களைதல்

என்னைக் களைந்தேன்
என் உடல் இருந்தது
என் உடலைக் களைந்தேன்
நான் இருந்தது
நானைக் களைந்தேன்
வெற்றிடத்துச்
சூனிய வெளி இருந்தது
சூனிய வெளியைக் களைந்தேன்
ஒன்றுமே இல்லை

◆

சுழற்சி

மீன்களின் கண்கள்
நடுச் சாலையில்
கொட்டிக் கிடக்கின்றன
சூரியனின் கூர் கதிர்கள்
நாற்புறமும் சிதறுகின்றன
முற்றிய திராட்சைகளின்
மிருதுத் தன்மை
நோயுற்ற மூதாட்டி
ரிக்ஷாவில் செல்லப்படுகிறாள்
ஹூங்கார ரயில் வருகிறது
எனக்காக

◆

செய் அல்லது செத்து மடி

என்னைத் தனிமைப்படுத்த இயலும்
தேவையின்றி எனக்காய்
புதிய எஜமானர்களைத் தோற்றுவிக்க இயலும்
எனக்கு மட்டும்
மூன்று வேளை
உணவு உத்தரவாதப்படுத்த முடியும்
உலகமே காசை உண்கையில்
நான் மட்டும் எவ்விதம் வேறாக முடியும்
வேலையைச் செய்
வைப்புநிதி சேர்
இசை நாட்டியம் நாடகம் இலக்கியம்
எல்லாம் உன் பொழுதுபோக்கு
உண்மை
ஆயினும்
என் பேனா
என் காகிதம்
என் கவிதை

◆

வகுப்புக்கு வரும் எலும்புக்கூடு
(இரண்டாம் பதிப்பு)

வகுப்புக்கு வந்த எலும்புக்கூடுகள்
இன்று
படித்து பட்டம் பெற்று
டாக்டர் பட்டமும் பெற்று
ஆட்சி புரியத் துவங்கின
வேலை செய்யும்
எல்லா எலும்புக்கூடுகளும்
கலகலத்து
மினுமினுக்கி
சிலுசிலுக்கி
சந்தோஷமாய் இருப்பதாய்
பாவனை செய்தன
புதிதாய்ப் பிறந்த எலும்புக்கூடுகள்
வகுப்புகளுக்கு
டிபன் பாக்ஸ் எடுத்துச் செல்வது
தவிர்ந்துவிட்டது
வாத்தியார் எலும்புக்கூடுகள்
புதிய புதிய
புத்திசாலியான
ஓட்டுப் போடக்கூடிய
எலும்புக்கூடுகளை
உருவாக்கி மகிழ்ந்தன
பெரும்பாலும்
ரத்தம் சுண்டிய
கரப்பான்களும்

ஓட்டுப் பூச்சிகளும்
ஏலக்காய்ச் செடிகளைக்
கெட்டியாய்ப் பற்றிக்கொண்ட
வெளிறிப்போன பல்லிகளும்
இன்னும் சில
ஜீவராசிகளும்
கூட்டணிகள் அமைத்துப்
போராடத் தயாராயின
அதற்குள் எலும்புக்கூடுகள்
ஓட்டுச் சீட்டைக்
கையில்
தயாராய் வைத்துக்கொண்டன

◆

ஏதாவது செய்

ஏதாவது செய் ஏதாவது செய்
உன் சகோதரன்
பைத்தியமாக்கப்படுகிறான்
உன் சகோதரி
நடுத்தெருவில் கற்பிழக்கிறாள்
சக்தியற்று
வேடிக்கை பார்க்கிறாய் நீ
ஏதாவது செய் ஏதாவது செய்
கண்டிக்க வேண்டாமா
அடி உதை விரட்டிச் செல்
ஊர்வலம் போ பேரணி நடத்து
ஏதாவது செய் ஏதாவது செய்
கூட்டம் கூட்டலாம்
மக்களிடம் விளக்கலாம்
அவர்கள் கலையுமுன்
வேசியின் மக்களே
எனக் கூவலாம்
ஏதாவது செய் ஏதாவது செய்
சக்தியற்று செய்யத் தவறினால்
உன் மனம் உன்னைச் சும்மா விடாது
சரித்திரம் இக்கணம் இரண்டும் உன்னை
பேடி என்றும்
வீர்யமிழந்தவன் என்றும்
குத்திக் காட்டும்
இளிச்சவாயர்கள் மீது
எரிந்து விழச் செய்யும்
ஆத்திரப்படு
கோபப்படு
கையில் கிடைத்த புல்லை எடுத்து
குண்டர்கள் வயிற்றைக் கிழி
உன் சகவாசிகளின் கிறுக்குத் தனத்தில்
தின்று கொழிப்பவரை
ஏதாவது செய் ஏதாவது செய்

◆

எழுதுங்கள்

எப்படி எழுத வேண்டும் என்று
நான் கூறவில்லை

உங்கள் வரிகளில்
எந்த விபரீதமும் நிகழ்வதில்லை

வெற்று வெளிகளில்
உலவும் மோனப் புத்தர்கள்
உலகம் எக்கேடாவது போகட்டும்
காலத்தின் இழுவையில் ரீங்கரிக்கின்றேன்
எனப் பார்வையின் விளிம்பில் இருக்கிறார்கள்

உலகப் பாறாங்கல்லில் நசுங்கியவன் முனகலின்
தொலை தூர எதிரொலிகூடக் கேட்கவில்லை

வார்த்தைகளின் சப்தங்கள்
அதற்குள்ளேயே மடிந்துவிடுகின்றன

எழுதுங்கள்
பேனா முனையின் உரசலாவது கேட்கட்டும்

◆

அவள்

பத்து மாதங்களுக்குள்
மீண்டும்
ஒன்றுக்கிருக்கத் தடை
எதனால் வீழ்ந்தார்களோ
மறுபடியும் அதே வேறு பெயரில்
நல்ல வேளை நான் வீட்டிலேயே
இருந்துவிட்டேன்
ஆனால் திடீரென்று
சாலைகளில்
அழுத்தமான வண்ணத்தில்
இருக்கும் அவை
கட்டணம் அதே பத்து காசுகள்
அதே வீரய்யாவோ வெங்கய்யாவோ
உள் நுழைந்தேன்
கால் வைத்த இடமெங்கும்
நீக்கமற நிறைந்த அழுக்கும் வாசனையும்
உடன் வெளியேறினேன்
காக்கி நிக்கர்காரன்
பத்து காசு என்றான்
இந்த அசுத்தத்திற்குள்
என்னால் போக இயலவில்லை
உனக்கெதற்குப் பத்து காசு என்றேன்
அந்தக் கணக்கெல்லாம் இங்கே செல்லாது
உள்ளே போனால் கட்டணம் என்றான்
நான் கோபத்துடன் மறுத்தேன்
அதற்குள்
தொப்பியுடன் இரண்டு காக்கிகள்
யாரைய்யா இங்கே தகராறு செய்வது
அரசாங்கக் கழிப்பிடத்திற்கெதிராய்
அவசர மாற்றப் புதுச்சட்டத்தின் கீழ்
உள்ளே தள்ளு இவனை
ஒன்றுக்கு வெளியே நான் உள்ளே
சரித்திரம் தலைகீழானாலும் மீண்டும் தலைகீழாகும்

◆

அவசரம்

அந்த நகரத்தில்
இருவர் கூடினால் கூட்டம்
நால்வர் கூடினால் பொதுக்கூட்டம்

சாலையில் கூட்டமாய்ச் செல்லக் கூடாது
வீட்டுக்குள் யாரும் நடக்கலாம்
ஒவ்வொரு வீடும்
தார்ச்சாலையால் இணைக்கப்பட்டிருக்கும்

மறைவிடங்கள் அங்கில்லை
குளிப்பவர்கள் கூட்டங்கூட்டமாய்க்
குளிக்க வேண்டும்
தண்ணீர் கிடைக்கும் நள்ளிரவில் மட்டும்

சிகரெட் பிடிக்கவும் அங்கு தடை
ஆஷ்ட்ரேயை அதிகாரி பார்த்தால்
அவரை நகரத்தின் சகாராவுக்கு அனுப்புவார்
அங்கே ஏற்கெனவே உள்ளவரோடு சேர்ந்து
அதனைப் பசுமையாக்க வேண்டும்

நகரத்தில் தள்ளிப்போடாத அவசரம்
உள் நாட்டு மனத் தெளிவு
நகரத்தின் மக்களுக்குக் கிடைக்கும் ஒரே டானிக்
கடுமையான உழைப்பு

பத்திரிகைகளில் விளம்பரங்கள் இல்லை
அதை வாங்கு இதை வாங்கு என்று
மலிவாக ஏராளமாகக் கிடைத்தது
நகரத் தலைவரின் பொன் மொழிகள்

எல்லோரும் அவரைப் புகழ்ந்தார்கள்
மந்திரிகள் அவரைப் புகழ்ந்தார்கள்
அரசாங்க அதிகாரிகள் புகழ்ந்தார்கள்

மக்கள் சுபிட்சமாய் இருந்தனர்
அவசரமாய் அவ்வப்போது ஒன்றுக்கிருந்து

◆

இந்த நகரத்தை எரிப்பது

இந்த நகரத்தை எரிப்பது
மிகச் சுலபம்
ஒரு தீப்பெட்டி போதும்
தீப்பெட்டி விலை மிக மலிவு
ரொட்டியின் விலையைவிட மிகமிக
ஒரு லிட்டர் கிரஸினும் வேண்டும்
அதுவும் கிடைக்கும்
அரசின் சீரிய வினியோகிப்பில்
ஓசைகள் குறைந்த நள்ளிரவில்
எங்கேனும் துவங்கலாம்
துணிவுள்ளவன் விழித்திருந்து
அனுமான் எரித்தான் லங்கையை
வாலில் தீ வைத்தபோது
வானைத் தொட்ட தீ தணிந்தது
எழுந்தது புது லங்கை
அழிந்தானா ராவணன்
போராடினான் நாட்கணக்கில்
மடிந்தான் குருதி வெள்ளத்தில்
இன்றும்
அனுமான்கள் உண்டு வாலின்றி
ராவணர்களும் உண்டு
தீயுண்டு நகரங்கள் உண்டு
தனியொருவன் எரித்தால் வன்முறை
அரசாங்கம் எரித்தால் போர்முறை

◆

சாதனை

சாதித்திருக்கிறாயா நீ
என்றது ஒரு கேள்வி
என்னிடம் இப்பொழுது
பதில் இல்லை
என் உடல் மரித்த பின்
எழும் கல்தூண்
முன் கேள்

◆

விடு

இந்த மரங்களுக்கென் மேல்
கருணை உண்டென்றால்
என்னை எரித்துவிடு
இந்த மலர்களுக்கென் மேல்
கருணை உண்டென்றால்
என்னைப் புதைத்துவிடு
இம்மனிதர்களுக்கென் மேல்
கருணை உண்டென்றால்
என்னை வாழ விடு
இச்சிட்டுக் குருவிகளுக்கென் மேல்
கருணை உண்டென்றால்
என்னைப் பறக்க விடு

◆

ஆரம்பம்

இங்கே வருமுன்னர்
இருந்தவை
பெரும் பாறை
ஓயாமல் கூச்சலிடும்
புரண்டாடும் இக்கடல்
பனிமலை
வெயிலில் பளபளக்கும்
பேராறு
செம்மண் களிமண் வண்டல் மண்
காற்று எழுப்பும் பெரும்புழுதி
எல்லாம் எங்கெங்கோ
இயங்குகையில்
உன் வயிற்றில் ஹோம குண்டம்
கனன்று கனன்று பந்தாய் விரியும்
தீப்பூக்கள் உன்னுள்
மேலும் கீழும் ஆகாயம்
எங்கும் நிசப்தம்
பசுமை

ஒரு தூசியின் ஒரு கோடிப் பங்கில்
ஒரு சிற்றணுவாய்
நான் தோன்றினேன்
நக்ஷத்ரக் கண்கள் சிமிட்ட

◆

இன்னும்

புறாக்கள் பறந்து போகும்
கழுத்திலே வைரத்தோடு
கிளிகளும் விரட்டிச் செல்லும்
காதலின் மோகத்தோடு
காக்கைகள் கரைந்து செல்லும்
தானியம் தேடிக்கொண்டு
குருவிகள் கிளுகிளுப்பூட்டும்
கிளைகளில் தவழ்ந்துகொண்டு
பாசிக் கறை படர்ந்த
தாமரைக் குளத்து நீரில்
நீளக்கால் மெல்ல அளையும்
கரை நிழல் கீழமர்ந்து
பழங்களைக் கடித்துத் தின்ற
அணில்களும் அவ்வப்போது
கேள்விகள் கேட்டாற்போலத்
தலைகளைத் தூக்கிக் காட்டும்
சிவனருள் பூசாரி
குடத்தில் நீரெடுப்பார்
மந்திரம் சொல்லும் வாயால்
தம்மையே நொந்துகொண்டு
கற்புடைப் பெண்டிற்கூட்டம்
அக்கரைக் கற்கள் மீது
ஊர்க்கதை பேசிக்கொண்டு
துணிகளைத் துவைத்துச் செல்லும்
வயல்களுக்கப்பால் இருந்த
சூரியன் மேலே சென்றான்
எருமைகள் ஓட்டிச் சென்ற
சிறுவனின் தலையில் வீழ்ந்தான்

◆

என் அறை

என் அறை
உங்களுக்குப் பழக்கமானதுதான்
உங்களுக்கு மட்டும் என்ன
எனக்கும்தான்

ஏன் அறைகள்
நம்முடன் பழகுகின்றன
இல்லை நாம்
அறைகளுடன் பழகுகிறோம்
நாம் எல்லோருமே
அறைவாசிகள்
அறைக்குள் காற்று வாங்குவோம்
கவிழ்ந்து படுத்திருந்து
தவழ்ந்து விளையாடுவோம்
அறைக்குள் நம்முடன்
இருக்கின்றன
நீர்ப்பானை
உணவளிக்கும் அடுப்பு
ஏராளமான பேப்பர்
அதோ சுவர் மூலையில் பல்லி
அபாயம் என்று
சுட்டிக்காட்டும் சுட்டு விரல்
பறக்கும் மனிதன்
குரங்கு மனிதன் பறக்கும் மனிதன்

பெரிதாய் முலை காட்டும்
பெரிய இளவரசி
கற்சுவர்கள்
சுண்ணாம்பின் பின்னே
நாம் நாகரீகக் குகைவாசிகள்
பேனா எலும்புடன்
சுற்றி வரும் கற்கால மனிதர்கள்
இத்துடன் நம்மை நாமே
ஏமாற்றிக்கொள்ளும்
பழைய கதை முற்றும்
நாம் புத்திசாலிகள்
பேப்பரில் விதை விதைத்து
ஏரோட்டும் புத்திசாலிகள்

புரட்சிக்காய்
காத்திருந்து கொட்டாவி விடும்
புத்திசாலி நடுத்தரங்கள்

வீரமாய் மார்தூக்கி
முதுகைச் சொறியும்
புத்திசாலிப் பன்றிகள்

முதலில் ஒழிப்போம்
நம் புத்திசாலித்தனம்
நிர்வாணமாய் நிற்போம்
நீரலைகள் கரைகளிலே

◆

சில எதிர்கால நிஜங்கள்

அரிசி மூட்டையிலிருந்து சிதறிய
அரிசி மணிகள் போல்
தப்பித் தவறி திசை தடுமாறி ஓடி வந்த
சின்னஞ்சிறு சிற்றெறும்பு போல்
மொஸைக் தரையில் தவறிப்போன
ஒற்றைக் குண்டூசி போல்
இவற்றைப் போன்ற இன்னும்
ஆயிரக்கணக்கான போல்கள்

◆

அமைதிப்படுகையில்

அற்புத மரங்களின் அணைப்பில்
நான் ஒரு காற்றாடி
வேப்ப மரக்கிளைகளின் இடையே
நான் ஒரு சூரியரேகை.
பப்பாளிச் செடிகளின் நடுவே
நான் ஒரு இனிமை
சடை சடையாய்த் தொங்கும் கொடிகளில்
நான் ஒரு நட்சத்திரம்

◆

அழைப்பு

இரண்டாம் மாடியில் – உப்பரிகையில்
ஒற்றைச் சன்னல் அருகில்
நான் என்னோடு
உணவருந்திக்கொண்டு
அருகில் வேப்பமரக்கிளை
மீதிருந்த காகம் அழைத்தது
பித்ருக்களோ தேவர்களோ
என எண்ணி
ஒரு சிறு கவளச் சாதத்தை
வெளியே வைத்தேன்
சாதம் சாதமாக
காகம் பறந்துவிட்டது
யாருடைய பித்ருக்களோ
நானறியேன்

◆

பழக்கம்

எனக்குக் கிடைத்த சதுரத்தில்
நடை பழகிக்கொண்டிருந்தேன்
கால்கள் வலுவேறின
நடப்பதில் ஒரு மகிழ்ச்சி உண்டாயிற்று
என் நடப்பைத்
தெரிந்துகொண்ட சில மாக்கள்
விளம்பினர்
ரோட்டிலேயே நடக்க முடியவில்லை
ஒரு சதுரத்திற்குள் நடக்கிறானாம்
நான் என்ன நூறு நாட்கள் நூறு பாம்புகளுடனா
என் கால்கள்
என் நடை
என் சதுரம்

◆

நன்றி நவிலல்

இந்தச் செருப்பைப் போல்
எத்தனைப் பேர் தேய்கிறார்களோ
இந்தக் கைக்குட்டையைப் போல்
எத்தனைப்பேர் பிழிந்தெடுக்கப்படுகிறார்களோ
இந்தச் சட்டையைப் போல்
எத்தனைப் பேர் கசங்குகிறார்களோ
அவர்கள் சார்பில்
உங்களுக்கு நன்றி
இத்துடனாவது விட்டதற்கு

◆

காகிதத்தில் ஒரு கோடு

குறுக்கு நெடுக்குக் கோடுகள்
ஒவ்வொன்றாய்ப் போடுகிறீர்கள்
ஒன்று
நூறு
ஆயிரம்
பத்தாயிரம்
ஒரு லட்சம்
பத்து லட்சம்
ஒரு கோடி
பத்து கோடி
நூறு கோடி
மேலும் மேலும்
அதன் எல்லா இயல்புகளில் போட்டுவிடுகிறீர்கள்
வேறு வழியே இல்லை
பின்னர் சின்னதும் பெரியதுமாய்ப் போடுகிறீர்கள்
அதுவும் மேற்படி
மயக்க முடிவுக்கு வருகிறீர்கள்
அனைத்திற்கும் முடிவில்
கோடுகளே இல்லாமல் போய்விடுமோ
உங்கள்
ஆரம்ப வெள்ளைத் தாளைப் போல
ஆனால்
வெள்ளைத் தாளிலும்
நமக்குத் தெரியாமலும்
சில கோடுகள்
குறுக்கிலும் நெடுக்கிலும் இருக்கும்

◆

தரிசனம்

கடவுளைக் கண்டேன்
எதையும் கேட்கவே தோன்றவில்லை
அவரும் புன்னகைத்துப்
போய்விட்டார்
ஆயினும்
மனதினிலே ஒரு நிம்மதி

◆

போய்யா போ

நான் ஒரு கெட்டவன்
நான் பீடி பிடிப்பவன்
    நான் ஒரு கெட்டவன்
    நான் இலைச்சுருள் பிடிப்பவன்
நான் ஒரு கெட்டவன்
நான் ஒரு சிகரெட் பிடிப்பவன்
    நான் ஒரு கெட்டவன்
    நான் ஒரு பில்டர் சிகரெட் பிடிப்பவன்
நான் ஒரு கெட்டவன்
நான் பில்டர் கிங்ஸ் பிடிப்பவன்
    நான் ஒரு கெட்டவன்
    நான் சுருட்டு பிடிப்பவன்
நான் ஒரு கெட்டவன்
நான் பைப் பிடிப்பவன்
    நான் ஒரு கெட்டவன்
    நான் மூக்குப்பொடி போடுபவன்
நான் ஒரு கெட்டவன்
நான் வெற்றிலைப்பாக்கு போடுபவன்
    நான் ஒரு கெட்டவன்
    நான் புகையிலை போடுபவன்
நான் ஒரு கெட்டவன்
நான் ஜர்தா பீடா போடுபவன்
    நான் ஒரு கெட்டவன்
    உள்ளாடையும் பனியனும் அணிபவன்
நான் ஒரு கெட்டவன்
நான் பேண்ட்டும் ஷர்ட்டும் அணிபவன்
    நான் ஒரு கெட்டவன்
    நான் காரில் போகிறவன்

நான் ஒரு கெட்டவன்
நான் டாக்ஸியில் போகிறவன்
    நான் ஒரு கெட்டவன்
    நான் ஆட்டோவில் போகிறவன்
நான் ஒரு கெட்டவன்
நான் சைக்கிள் ரிக்ஷாவில் போகிறவன்
    நான் ஒரு கெட்டவன்
    நான் சைக்கிளில் போகிறவன்
நான் ஒரு கெட்டவன்
நான் பேருந்தில் போகிறவன்
    நான் ஒரு கெட்டவன்
    நான் நடந்து செல்பவன்
நான் ஒரு கெட்டவன்
நான் ராஜ பவனத்தில் இருப்பவன்
    நான் ஒரு கெட்டவன்
    நான் அரசு மாளிகையில் இருப்பவன்
நான் ஒரு கெட்டவன்
நான் ஈன்ற மாளிகையில் இருப்பவன்
    நான் ஒரு கெட்டவன்
    நான் ஈன்ற ப்ளாட்டில் வாழ்பவன்
நான் ஒரு கெட்டவன்
நான் வாடகை ப்ளாட்டில் இருப்பவன்
    நான் ஒரு கெட்டவன்
    நான் ஓண்டுக் குடித்தனக்காரன்
நான் ஒரு கெட்டவன்
நான் சேரியில் வாழ்பவன்
    நான் ஒரு கெட்டவன்
    . . . .
இப்படியே சொல்லிக்கொண்டு போனால்
    யார் கெட்டவன்
    யார் நல்லவன்
அவ்வளவுதானே
கெட்டவன் நல்லவன்
நல்லவன் கெட்டவன்

◆

வேலை

உங்கள் காலைத்தொழுகை முடிந்ததா
அவ்வளவுதான் உம் உணவு
ஊர் சுற்றாமல்
ஒழுங்காய்ப் போய்த் தூங்குங்கள்

◆

வெளியேற்றம்

சிகரெட்டிலிருந்து
வெளியே
தப்பிச் செல்லும்
புகையைப் போல்
என் உடன்பிறப்புகள்
நான்
சிகரெட்டிலேயே
புகை தங்க வேண்டுமெனக்
கூறவில்லை
வெளிச் செல்கையில்
என்னை நோக்கி
ஒரு புன்னகை
ஒரு கை அசைப்பு
ஒரு மகிழ்ச்சி
இவைகளையே
எதிர்பார்க்கிறேன்
அவ்வளவுதானே

◆

ஆத்மாநாம் கவிதைகள்: ஓர் உரையாடல்

யுவன் சந்திரசேகர், சுகுமாரன்

1

சுகுமாரன்: ஆத்மாநாம் கவிதை ஒன்றிலிருந்தே உரையாடலைத் தொடங்கலாம். பொருத்தமாக இருக்கும். கவிதையோட தலைப்பு 'சாதனை.'

<pre>
சாதித்திருக்கிறாயா நீ
என்றது ஒரு கேள்வி
என்னிடம் இப்பொழுது
பதில் இல்லை
என் உடல் மரித்த பின்
எழும் கல்தூண்
முன் கேள்
</pre>

ஆத்மாநாம் கவிதைகள் எல்லாத்தையும் கல்தூணா நிலைநாட்டி அதுக்கு வழிபாடுதான் நடந்துட்டிருக்கு. அந்தக் கவிதைகளைப் புரிந்துகொள்ளவோ, அதுக்குள்ளிருக்கும் உலகத்தை அணுகவோ, அந்த உலகத்தின் இயல்பை விரிவான அளவில் பார்க்கவோ மேலதிக முயற்சிகள் எதுவும் தமிழில் செய்யப்படலைன்னு தோணுது. அவரை இலக்கியத்தில் ஒரு திருவுருவாக மாத்துற காரியத்தை புதிய வாசகர்களும் செய்றாங்க. ஆத்மாநாம் கவிதைகளினால் பாதிப்புற்று இதைச் செய்றாங்களா, இல்லே ஆத்மாநாம் என்கிற பெயரின் ஈர்ப்பு காரணமா செய்றாங்களான்னு எனக்குக் கேள்வி இருக்கு. அவரே கவிதையில சொல்றமாதிரி, என்ன சாதிச்சிருக்கார்ங்கறதை நம்மோட இந்த உரையாடலில் வெளிக்கொண்டுவர முடியுமான்னு பார்க்கலாம்.

யுவன் சந்திரசேகர்: பொதுவா, இந்தமாதிரி திருவுருவாக்கிக் கொண்டாடுறது, அதுபோலவே தானும் எழுதிப் பார்க்கறது, வாசிக்காமலே விதந்தோதுறது, இதெல்லாம் பெரிய ஆளுமைகள் எல்லாருக்குமே தமிழில் சகஜமா நடந்திருக்கு. இந்த உரையாடலில் முதல்லெ ஒரு பிரிவைப் பத்திப் பேசி ஆரம்பிக்கலாம்னு நினைக்கிறேன்.

ஒண்ணு, ஒரு கவியோட பிரதானமா வாசகர் கையில் கொடுக்கறது, கவிதையோட ஒரு உருவத்தை. அந்த உருவத்தைக் கீறி உள்ள புகுந்து, அகநிலையைத் தரிசனம் பண்ணனும்னு நினைக்கிறேன். இதுதான் கவிதையை வாசிக்கிற தன்னியல்பான ஒரு முறையா இருக்கு. பெரும்பாலும் என்ன செய்றாங்கன்னா, கவிதையோட உருவத்தை மட்டும் எடுத்துக்கிட்டு அதே மாதிரி செய்துபாக்குறாங்க. அதைப் பகடின்னுதான் எடுத்துக்கணும்! மத்தபடி, அது எந்த விதமான தீவிரத் தன்மையையும் வாசகருக்கு வழங்காது.

இன்னொரு தரப்பு, அவரோட அகநிலையை நகலெடுக்க முயற்சிக்கறாங்க. அப்படிப் பண்ணும்போதும், அதில் தொடர்ச்சி இருக்கான்னு பார்த்தா, சில இடங்கள்ல மட்டுமே தட்டுப்படுது.

இரண்டையுமே சேர்த்துப் பேசணும்னு நினைக்கிறேன். உருவத்தில் ஆத்மாநாம் என்னவெல்லாம் செஞ்சாரு, அவருடைய அகநிலை அந்த உருவத்துக்குள் எப்படிப் பதிவாயிருக்கு – இந்த ரெண்டையும் பேசணும்னு நினைக்கிறேன்.

சுகுமாரன்: உருவம்னு நீங்க சொல்றது கவிதை சார்ந்த உருவத்தையா, அச்சில் வரக்கூடிய உருவத்தையா?

யுவன் சந்திரசேகர்: இரண்டும்தான். ஆத்மாநாம் கவிதை என் கைக்கு வந்துசேர்றது அச்சு வழியாகத்தானே. ஆத்மாநாம் என்ன செஞ்சிருக்கார் – அவருடைய காலகட்டத்துல புது சொல்முறை, ஒரு புது மொழியமைப்பைத் தமிழில் அறிமுகப்படுத்துறார். அதாவது இலக்கணத்திலேருந்து விடுபட்ட கவிதை, சந்தத்திலேருந்து முற்றாக விடுபடாம இருந்த காலத்துலதான் ஆத்மாநாமோட வருகை நடக்குது. சந்தத்துல இருந்தும் கவிதையைப் பிரிச்செடுத்த முன்னோடிகள்ல ஒருத்தர் அவர் அப்படின்னு தோணுது. கிட்டத்தட்ட உரைநடையை நெருங்கக்கூடிய வாசகங்கள்ல, வாக்கியங்கள்ல, தன்னோட கவிதைகளை நகர்த்திப் போயிருக்கார்.

சுகுமாரன்: இன்னொரு அவதானிப்புன்னு இதைச் சொல்லலாம். எழுதத் தொடங்கி, மறைவு வரைக்கும் கவிதையிலே பல வகைமைகள உருவாக்க முயற்சி பண்ணியிருக்காரு. பல பாதிப்புகள் சார்ந்து தன்னோட கவிதைகளைக் கொண்டுவந்திருக்காரு. நீங்க சொன்னமாதிரி

சந்தத்துல இருந்து விடுபடுறதை முதல்ல வச்சுக்கலாம் . . . அவரோட ஆரம்பகாலக் கவிதை ஒண்ணு சந்தம் சார்ந்ததுதான். 'இன்னும்' என்ற தலைப்பிலான கவிதை.

இந்தக் கவிதைக்குக் கீழே எழுதியவர் பெயர் 'ஞானக்கூத்தன்'னு போட்டிருந்தா ஞானக்கூத்தன் கவிதைன்னே நினைச்சிருக்கக்கூடும். அறுசீர் விருத்தத்தின் சந்தம், தண்ணீர் மொள்ளுகிற குருக்களின் சித்திரம் எல்லாம் அப்படி நினைக்கத் தூண்டும். அப்படியான ஒரு இடத்திலருந்து விலகிவிலகி, ஒரு எளிமையான உரைநடை மொழிக்கு வந்துசேருகிறார். 'தரிசனம்' கவிதையில்.

> கடவுளைக் கண்டேன்
> எதையும் கேட்கவே தோன்றவில்லை.
> அவரும் புன்னகைத்துப்
> போய்விட்டார்
> ஆயினும்
> மனதிலே ஒரு நிம்மதி.

என்ற இடத்துக்கு வந்துசேர்றார். நகுலனுடைய 'ராமச்சந்திரனா என்று கேட்டேன்' கவிதையின் தொனியில்.

யுவன் சந்திரசேகர்: *பிரமிளோட, ஆனந்தோட கவிதைகளின் தொனிகூட ஆரம்பக் கவிதைகளில் இருக்கும்.*

சுகுமாரன்: எழுபதுகளில் ஆரம்பிச்சு எண்பதுகள் ஆரம்பம் வரைக்கும் எழுதியிருக்காரு. தமிழ்லயும் பிற மொழிகளிலும் வாசிச்ச கவிதை களின் பாதிப்புகளை வெளிப்படுத்தியிருக்கார். ஒருவகையில் இது ஆரோக்கியமான பாதிப்பு, சாதகமான பாதிப்பு. இன்னொரு வகையில், அந்த பாதிப்புகள் அவருடைய கவிதைகளைப் புரிந்துகொள்றதுல சிக்கல்களையும் சில சமயம் ஏற்படுத்தியிருக்கு. மேற்கத்தியச் சாயலில், மேற்கத்தியப் படிமங்கள் அப்படியே அவரோட சில கவிதைகளில் வந்திருக்கு. தமிழ் அனுபவத்துக்குக் கொஞ்சமும் சம்பந்தமில்லாத மாதிரி.

யுவன் சந்திரசேகர்: *ஆத்மாநாம் கவிதைகள் எல்லாவற்றிலும் மொழிபெயர்ப்புக் கவிதைகளின் சாயல் உள்ளதுன்னு என் நண்பர் ஒருத்தர் சொல்லுவாரு. 'ஆத்மாநாம் படைப்புகள்' என்கிற இந்தப் புத்தகத்தில் சில அடிக்குறிப்புகளில் குந்தர் கிராஸ் போன்ற பெயர்களை பிரம்மராஜன் குறிப்பிடுறார். இப்படியெல்லாம் சொல்லும்போது, தமிழ்க் கவிதைகளை ஐரோப்பியக் கவிதைகளின் சாயலில் உருவாக்க ஆத்மாநாம் முயன்றார்னு ஒரு சித்திரம் உருவாகுது. நான் அப்படி நினைக்கலை. பிரமிள், ஞானக்கூத்தன், ஆனந்த்னு எல்லாரையும் அவர் தனது கவிதைகளுக்காக எடுத்திருக்கார்னுதான் நினைக்கிறேன். அதன் தொடர்ச்சியா, மேற்கத்தியக் கவிஞர்களின் முன்மாதிரிகளையும் முயற்சித்திருக்கலாம். அதுனால, எனக்கு*

அப்படித் தோணலை. நண்பர் குறிப்பிட்டதுக்கு அவர்கிட்ட காரணம் கேட்டேன். 'Scamp' மாதிரியான வார்த்தைகளை அவர் கவிதையில் பயன்படுத்தினார்; அந்த வார்த்தைகளுக்குப் பின்னாடி இருக்குற, அந்த வார்த்தைகளை முன்வைக்கக்கூடிய, வாழ்க்கை தமிழ்ப் பொதுச் சமூகம் சார்ந்தது இல்லே' ன்னு அவர் சொன்னார். தமிழ் சமூகத்துக்குள்ளேயே இருக்கும் ஒரு எலைட் சமூகம் சார்ந்ததுன்னு சில குறியீடுகளை அவர் சொன்னார். நான் அப்படிப் பார்க்கலை. இப்படியான வார்த்தைகள் வழியாக புதுவகையான வஸ்துகளைக் கவிதைக்குள் கொண்டுவர முயற்சிச்சிருக்கார். அதையும் சேர்த்துத்தான் பார்க்கணும். உதாரணமா, 'கேஸட்' என்ற சொல்லைக் கவிதையில் கொண்டுவந்திருக்கார்... 'கேஸட்' என்பது வெறும் சொல்லாக மட்டும் இல்லாமல், ஒரு நிகழ்வா, தன்வயமா இயங்கக்கூடிய பொருளாவே இடம்பெற்றிருக்கு.

'கனவு' என்பதை 'வுனக' என்று எழுதியிருப்பார். நிகழ்வாழ்வின், நடைமுறை வாழ்வின் கண்ணாடிப் பிம்பம்தான் கனவு என்ற பொருள் தருகிற மாதிரி. 'திக்கிப்பிடியா' என்ற, நேரடியாக எந்தப் பொருளும் தராத, வார்த்தையை உருவாக்கிப் பயன்படுத்தியிருக்கார். திக்கும்போது உருவாகுற ஒரு சத்தம் என்று வாங்கிக்கிறேன். இதுமாதிரி, அசலான பரிசோதனைகள் வழியாவும் தன் கவிதைகளை நடத்தியிருக்கார்.

சுகுமாரன்: மொத்தத்தில், ந. பிச்சமூர்த்தியில் தொடங்கி, தமிழ் நவீன கவிதையில் புழங்கி வந்திருந்த பழைய ஆள் முடிந்துவிட்டான். அது ஆத்மாநாமின் வழியாகத்தான் நிகழ்கிறது. 'டெலக்ஸ்', 'செய்திகள் வாசிப்பது கமலா பத்ம நாபன்', '2083 ஆகஸ்ட் 11' ஆகிய கவிதைகள் எல்லாம் ஒரு புதிய குரலாக ஒலிக்கிற கவிதைகள்.

யுவன் சந்திரசேகர்: ஆமாம், தமிழ் நவீன கவிதையில் நவீன மனிதனின் வருகை, ஆத்மாநாம் வரவையொட்டியே நிகழ்கிறது என்று சொல்வேன்.

சுகுமாரன்: ஆத்மாநாம் எழுபதுகளில் எழுதத் தொடங்கினவர். மொத்தமாக ஆத்மாநாம் உள்ளிட்ட ஒரு சமூகம், ஒரு தலைமுறை, இருந்தது இல்லையா? அந்தத் தலைமுறை ஒருவிதத்தில் அதிருப்தி மண்டிய, கோபமான, தேடல் மிகுந்த, அந்தத் தேடலுக்குச் சரியாக விடை கிடைக்காத தலைமுறை. அந்தக் கோபம், அதன் சாயல்கள் எல்லாமே ஆத்மாநாம் என்ற கவிஞன்கிட்ட வெளிப்பட்டிருக்கு.

இரண்டாவது, எழுபதுகளில், புலமை சார்ந்த விஷயத்திலிருந்து கவிதை விடுபடக்கூடிய சமயத்தில், தமிழ்ல அடுத்த கட்டத்துக்கு நகரக்கூடிய கவிதைகளை அவர் எழுதியிருக்கார். அவருடைய முன்மாதிரிகளாக, மேற்கத்தியக் கவிதைகளோ, உலகக் கவிதைப் பரப்பில் கமிட்டட் பொயட்ரி (கடப்பாடுள்ள கவிதைகள் என்று சொல்லலாமா)

சார்ந்த பாப்லோ நெரூதா, மாயகோவ்ஸ்கி, பெர்டொல்ட் பிரக்ட், அப்புறம் சார்ள்ஸ் புக்கோவ்ஸ்கி – அந்த மாதிரியான சாயல்களெல்லாம் ஆத்மாநாமிடம் செயல்பட்டிருக்கு. இந்தத் தொகுப்பில் உள்ள பல கவிதைகளில் பல கவிஞர்களையும் தனக்குள் எடுத்துக்கிட்டு ஒரு புதிய மொழியை, புதிய கவியுணர்வை, அர்த்தப் புலத்தை உருவாக்குறார்.

மூணாவது, அவரே சந்தத்துல முதல்ல எழுதினாலும், கவிதையை முழுமையா உரைநடைல எழுத முடியும்; உரைநடையில் கவிதை நிகழ முடியும் என்பதை உறுதிப்படுத்தின ஆரம்பக் கவிஞர்களில் ஒருத்தரா ஆத்மாநாமைச் சொல்லலாம். அப்படிச் சொல்ல முடியுமா?

யுவன் சந்திரசேகர்: முடியும். அவருடைய கவிதைகள் தாளத்திலருந்து, சந்தத்திலருந்து முழுக்க விலகின ஒரு சொல்முறையிலதான் இயங்குது. இது மாதிரியான சோதனை முயற்சிகளில் தோல்விக்கான சாத்தியங்களும் இருக்கு. தாம் சொல்கிற அளவுக்குமேல் வாசக சிந்தனையை இழுத்துப்போகாத முற்றான உரைநடை வாக்கியங்களும் ஆத்மாநாம் கவிதைகளில் இருக்கு. முற்றான உரைநடையாகவே மீந்துவிடும் கவிதைகளும் இருக்கு. அதுவரை நம்பப்பட்ட கவிதைத் தன்மையிலிருந்து கவிதையையும் வாசக மனத்தையும் ஒரே சமயத்தில் நகர்த்திச் செல்லக்கூடியவை.

நீங்க சொன்ன ஒரு விஷயத்திலருந்து மேலே போகலாம்னு தோணுது. அந்தக் காலகட்ட இளைஞர்கள், அந்தக் காலகட்டக் கவிமனம் எந்தவிதமான சிடுக்குல இருந்ததுன்னு நீங்க சொன்னீங்க. சிந்தாந்தச் சார்புன்னும் தத்துவச் சார்புன்னும்கூட அதைச் சொல்லலாம். ஆத்மாநாமைப் பொறுத்தமட்டில, எதிலேயும் குறிப்பாக நிலைகொள்ளாத மனம் அவரது கவிதைகளில் இயங்குவதைப் பார்க்கமுடிகிறது. அறிவியலோடோ, தத்துவத்தோடோ, உளவியலோடோ, சமூக அரசியலோடோ தொடர்புகொண்ட நேரடியான குறியீடுகள், குறிப்புகள் வழியாக அவர் தன்னை இனம்காட்டிக் கொள்ளவில்லை. அது முக்கியமான விஷயம். எதிலேயும் நிலைகொள்ளாத, எதனோடும் தன்னை அடையாளம் பார்த்துக்கொள்ளாத ஒரு அந்நிய மனம் தமிழுக்கு, அதுவும் கவிதையில், புதுசு. இந்த மனம் வழியாக அவநம்பிக்கையும் கையறுநிலையும் நிரம்பிய உலகத்தைத்தான் அவர் கட்டமைச்சிருக்கார்.

ஆனால், அந்த உலகம் வறண்டதாகவோ அழகியல்தன்மை அற்றதாகவோ இல்லைங்குறதுதான் அவருடைய பெருமைகளில் ஒண்ணு. இப்போதைய காலகட்டத்தில் 'வாசிப்பின்பம்'ன்னு ஒண்ணைப் பேசிட்டிருக்கோம். அதுக்கு ரொம்பப் பக்கத்தில அவர் இருக்காரு.

ஆத்மாநாமின் இன்னொரு பங்களிப்புன்னு இருண்மையைச் சொல்வேன். அதுவரைக்கும் எழுதப்பட்ட கவிதைகளில் மொழி அளவிலான இருண்மை குறைவாகத்தான் இருந்தது. நகுலன் கவிதைகளைப் பார்த்தீங்கன்னா . . .

சுகுமாரன்: சொற்கள் புரியும்; வாக்கியங்கள் புரியும்; பொருள் மட்டும் புரியாது.

யுவன் சந்திரசேகர்: *ஆத்மாநாம்கிட்டே வரும்போது வார்த்தைகளும் வாக்கியங்களும் ஒரு பிறழ்வு நிலையில போக ஆரம்பிக்குது. நவீன கவிதைகள் அறிமுகம் ஆனப்போ பொதுவாசகரை எப்படி மிரள வைச்சதோ, அதுமாதிரியே ஆத்மாநாம் கவிதைகள் அந்தக் காலகட்டத்திலயும், ஏன், இன்றைக்குப் புதிதாக வாசிக்க வருபவர்களையும்கூட, மிரட்டத்தான் வாய்ப்புண்டு.*

இன்றைக்கு நேரடியான மொழியில் கவிதைகள் எழுதப்படுறதுக்கு, ஆத்மாநாம் போன்ற முன்னோடிகளின் கவிதை மொழிதலில் இருந்த சிடுக்குக்கூடக் காரணமாய் இருக்கலாம். ஆனால், எளிமை என்பதன் இன்னொரு பொருள் 'உள்ளீடின்மை' என்று புரிந்துகொண்ட ஒரு தலைமுறையும் எழுத வந்தாகிவிட்டது!

சுகுமாரன்: ஆத்மாநாம் மறைஞ்சு கிட்டத்தட்ட 30 வருஷம் தாண்டியாச்சு. இன்றைக்கும் அந்த மிரட்சி நீடிக்கிறதுக்கு வாய்ப்பு இருக்கா? தொடர்ச்சியா அவர் கவிதைகள் வாசிக்கப்பட்டிருந்தா புரிதல் மேம்பட்டிருக்கும்தானே. நாம எங்கேயாவது அந்தக் கவிதைகளைப் பொருள்கொள்வதற்கான வாய்ப்பை நழுவ விட்டிருக்கோமா?

யுவன் சந்திரசேகர்: *அப்படிக் குறிப்பாக எதையும் சொல்ல முடியாதுன்னு தோணுது. அவர் சார்ந்த குதூகலம், கொண்டாட்டம் இருக்கு. ஆனா, அவருடைய இந்தக் கவிதையில இருந்து இந்தக் கவிதை கிடைச்சதுன்னு யாருமே சொல்வதைப் பார்க்க முடியலியே?*

சுகுமாரன்: இரண்டு விஷயங்களைச் சொல்லலாம். அகம் சார்ந்த கவிதைகள், புறம் சார்ந்த கவிதைகள் என்று இரண்டு பிரிவாகக் கவிதைகள் இருக்குன்னு சொல்றதை ஒத்துக்கிட்டாங்க. ஆத்மாநாம் தொடங்கின இடம் அகம் சார்ந்தது. ஆனால் அவரது பயணத்தின் போக்கில், புறம் சார்ந்தவராக வெளிப்படுகிறார். ஒருபோதும் தன் பயணத்துல அகம் சார்ந்ததையும் விடலை. இதிலருந்து அங்க போறதும் அங்கிருந்து இங்கு திரும்புவதுமான ஊசலாட்டம் தொடர்ந்து நடந்துக்கிட்டே இருக்குது. அப்படிப் பார்க்கலாமா?

யுவன் சந்திரசேகர்: *பார்க்கலாம்தான். ஆனா புதுமைப்பித்தன், ந. பிச்சமூர்த்தி இவங்களையெல்லாம் இப்ப இருக்கிற நவீன கவிதையோட ஆரம்பகட்டத்தில் இருந்தவங்களாப் பார்த்தோம்னா, இந்த ஊசலாட்டமெல்லாம் அவங்ககிட்டயும் இருந்திருக்கு.*

ஆத்மாநாம் கிட்டயும் இதற்கான முன்னுதாரணக் கவிதைகள் இருக்கு.

2

யுவன் சந்திரசேகர்: *சமூக அரசியல் சுதந்திரம், தனிமனித அகச் சுதந்திரம் இந்த இரண்டு எல்லைகள்ல மாறிமாறி ஊசலாடுனவர் ஆத்மாநாம் என்பதைப் பத்திப் பேசினோம். உதாரணத்துக்கு ‘அவரவர் பாட்டுக்கு’ என்கிற கவிதை. கவிதையை ஒருமுறை வாசித்து விடுகிறேனே!*

எல்லோரும் அவரவர் பாட்டுக்கு
ஒன்றுக்கிருந்து கொண்டிருந்தார்கள்
நான் நுழைந்ததும்
அவையிலே அமைதி
நான் கேட்டேன்
ஏன் நிறுத்தி விட்டீர்கள்
அவரவர் போதனைக்கேற்ப
திரும்பிப் பார்த்தேன்
எல்லாம் உன்னால்தான்
உற்றுப் பார்த்தேன்
கேட்டது ஒரு குரல்
ஒன்றும் விளங்கவில்லை
குப்புற விழுந்து பார்த்தேன்
எல்லாம்
நின்ற நிலையிலேயே
அரங்கேறிக் கொண்டிருந்தது
தாவிக் குதித்தேன்
பாதாளச் சாக்கடை வறண்டிருந்தது
எங்கும் நில நடுக்கம்
மெல்ல எட்டிப் பார்த்தேன்
இரண்டு கையளவு
ஒற்றைச் சூரியகாந்திப்பூ.

சுகுமாரன்: உறுதியான சமூகநிலைப்பாடு எடுத்துப் பேசுகிற கவிதைகள் எல்லாமே முற்போக்கு முகாம்லருந்துதான் வரும்; இடதுசாரி மனப்போக்குல இருந்துதான் வரும்ங்கிற எண்ணத்தை ஆத்மாநாம் மாற்றினார். சமூகம் சார்ந்து ஒரு நடுத்தரக் குடும்பத்து வாழ்க்கையை வாழக்கூடிய, கொஞ்சம் விழிப்புணர்வுள்ள இளைஞனுக்கும் இந்த சமூகத்தைக் கேள்வி கேட்கறதுக்கான உரிமை, வாய்ப்பு இருக்குன்னு நிரூபிச்சார். அந்தப் பேதத்தைப் போக்கினது, அவருடைய முக்கியமான பங்களிப்புன்னு எனக்குத் தோணுது.

யுவன் சந்திரசேகர்: *இடதுசாரிக் கவிதைகள்ல வர்க்கபேதம் அல்லது வர்க்கப்பிளவு என்பது தீர்க்கமா, ஸ்திரமா, தீர்மானமாச் சொல்லப்பட்டிருக்கும். ஆத்மாநாம் கவிதைகளில் வரக்கூடியவங்க*

தீனர்கள். அமைப்பை எதிர்த்து எதையும் செய்ய முடியாத, அமைப்புக்கு எதிரா குரல் எழுப்பமுடியாதவங்க சார்பாதான் அந்தக் கவிதைகள் பேசுது.

சுகுமாரன்: இடதுசாரிக் கவிதைகளில் அல்லது சமூகச் சார்புக் கவிதை களில் ‘இதையெல்லாம் மாற்றிவிட முடியும்’ங்கற தத்துவ முடிவு, நம்பிக்கை இருக்கு. தத்துவத்தினால, செயல்பாட்டினால எல்லாத்தையும் மாற்றிவிடமுடியும்ங்கற உறுதியான நிலைப்பாடு இருக்கு. நடுத்தரக் குடும்பத்தில இருந்து வர்ற அந்த இளைஞனுக்கு அப்படியான நம்பிக்கை இல்லை; கையறுநிலை மட்டுமே இருக்கு.

யுவன் சந்திரசேகர்: *அப்புறம், நெருக்கடிகாலக் கவிதைகள்னு சொன்னவுடனே ஆத்மாநாம் ஞாபகத்துக்கு வருவாரு. ‘அவரவர் பாட்டுக்கு’, ‘சுதந்திரம்’ மாதிரியான கவிதைகள் மட்டுமல்ல, அதேபோல ஏழெட்டுக் கவிதைகள அவர் எழுதியிருக்காரு. அவை முக்கியமானவையும்கூட. ‘அவள்’ என்ற தலைப்புள்ள கவிதையில் பெண் சம்பந்தப்பட்ட ஒரு குறிப்புக்கூடக் கிடையாது. ஆனால் தலைப்பில் மட்டும் பெண் இருக்கிறாள்.*

சுந்தர ராமசாமி மொழிபெயர்த்த, மலையாளக் கவிஞர் என்.என். கக்காடு எழுதிய ‘நாய்ப்பாட்டு’ கவிதை ஞாபகத்தில் வருகிறது. இன்று பத்திரிகையில் வந்தது. ‘நாய்’ என்று மட்டுமே சொல்லிச் செல்லும், கவிதை அல்லாத, கவிதைத்தளத்தைச் சேராத, குறியீட்டுக் குறிப்பு அதில் இருக்கும். ‘அவள்’ என்கிற ஒற்றைச்சொல் வழியாகவே மொத்தத்தையும் வரைஞ்சுடுறாரு ஆத்மாநாம். முக்கியமான அரசியல் கவிதை இது. ‘அவள்’ கவிதையை அரசியல் நிலைப்பாடு, அரசியல் சார்பு என்று பிரகடனம் செய்துகொள்ளாத ஒருவர் எழுதிய முக்கியமான அரசியல் கவிதைன்னு நினைக்கிறேன். உண்மையில், கலையின் பூடகத்தன்மையை விட்டுவிடாமலே, நேரடி அரசியல் விமர்சனம் செய்த கவிதை. தமிழ் நவீன கவிதையோட பெருமிதங்கள்ல ஒண்ணு இந்தக் கவிதை.

சுகுமாரன்: இது ஒரு குறுக்கீடுதான். மன்னிக்கணும். ‘அவள்’ கவிதையைப் பற்றிப் பேச்சு வந்ததால இதுவும் ஞாபகம் வந்துச்சு. ஆத்மாநாம் கவிதைகள்ல பெண்களின் நடமாட்டம் ரொம்பக் குறைவு. இரண்டு அல்லது மூன்று கவிதைகளில் பெண் குழந்தைகள் வர்றாங்க. ‘இளவரசி’ என்று குறிப்பிடப்படுகிறார்கள். ‘குட்டி இளவரசிக்கு ஒரு கடிதம்’, ‘குட்டி இளவரசி வந்துவிட்டாள்’னு இரண்டு கவிதைகள். ஒருவேளை இளவரசிகள் எல்லாரும் ஒரே குழந்தையாக இருக்கலாம். அப்புறம் ‘அவள்’ கவிதையில ஒரு பெண் குறிப்பிடப்படுகிறார். கவிஞர்களுக்கு ஆகிவந்த விஷயமான ஆண் பெண் காதல் பத்தி ஆத்மாநாம் அனேகமா எழுதவே இல்லைனு நினைக்கிறேன்.

யுவன் சந்திரசேகர்: காதல் பற்றிப் பொது ஓட்டக் கவிஞர்கள் திகட்டத்திகட்ட எழுதிவிட்டார்களே, அதை மறுபடி எழுத ஒரு நவீன கவிஞன் எதற்கு என்று அவர் நினைத்திருக்கலாம்! எதையுமே கீறிப் பார்க்க, கீறிக்காட்ட முனைகிற அவரது கவிமனம், ஒட்டுமொத்த மனிதகுலத்துக்கும் பொதுவான ஓர் ஆதியுணர்வில் கீறிக் கண்டுபிடிக்க என்ன இருக்கிறது; பார்க்கப்போனால், இணைவிழைச்சு ங்குறது சகல உயிரினங்களுக்கும் பொதுவானதுதானே – மனிதர்கள் கொண்டாடும் 'காதல்' ங்குற சமாச்சாரம், மொழிவயப்பட்ட மனங்களின் மேலோட்டமான பிரலாபம்தானே – வெறும் அலங்காரச் சித்தரிப்புக்கு நவீன கவிஞனின் பங்களிப்பு எதுக்குன்னு விட்டிருக்கலாம்; 'இளவரசி'களின் குழந்தைமைக்கும், 'அவள்' வெளிப்படுத்திய கரிசனமின்மைக்கும் இடைப்பட்ட புகைமூட்டமாக மட்டுமே 'பெண்ணிலையை'ப் பார்த்தாரோ என்னவோ! அவர் பழகக் கிடைத்த, அல்லது கிடைக்காத பெண்களே அவருடைய கவிதைகளில் பெண்ணிருப்பு இல்லாமல் போனதுக்குக் காரணமாய் இருந்திருக்கக்கூடும்.

இதில் முக்கியமான சங்கதி, பொருட்படுத்தத்தக்க ஆகிருதி கொண்ட ஒரு கவிஞன் பேசும் விஷயங்கள் மட்டுமில்லை; பேசாமல் விடும் விஷயங்களும் கவனத்தை ஈர்க்கின்றன. அடுத்தடுத்து யோசிக்க உந்துகின்றன!

சுகுமாரன்: இன்றைக்கு எழுதுகிற, சித்தாந்தப் பின்புலம் இல்லாத கவிஞர்களும் பெரிசா எந்த அமைப்புகளோடும் நிறுவனங்களோடும் தங்களை கமிட் பண்ணிக்கலை. ஆனாலும் சமூகத்தைப் பார்த்துக் கேள்வி கேட்கலாம்ங்கற தொடக்கம் ஆத்மாநாமிடமிருந்து தொடங்குவதாக நினைக்கிறேன்.

யுவன் சந்திரசேகர்: வேற பக்கம் நகர்வோமா? ஆத்மாநாமின் கவிதை உருவம், மொழிப்பயன்பாடு பற்றிப் பேசலாம்னு தோணுது.

பொதுவாகவே தமிழ்ல மூச்சடக்கிப் பிரவாகமாகப் பாயற மொழி கவிதையில் வேணும்னு ஒரு நம்பிக்கை இன்றுவரைக்கும் இருந்துக்கிட்டே இருக்கு. ஆனால், இவர்கிட்ட பிரவாகம் எடுக்கிற மொழி கிடையாது. ரொம்பவும் கட்டுப்படுத்தப்பட்ட, சீராகச் சொல்லப்பட்ட மொழி. இதைத்தான் மொத்தக் கவிதைகளிலயும் பயன்படுத்தியிருக்காரு. நிதானமான, தீர்க்கமான சிந்தனைக்குப் பின்னாடி வரக்கூடிய, கட்டுப்பட்ட வரிகள் அப்படின்னு சொல்வேன்.

ஆனா அதில இருக்கிற சிந்தனைமுறை, தறிகெட்டுப் பாயற விதத்தில இருக்கு. எப்படின்னு சொன்னாக்க, உரைநடைல நனவோடை உத்தி எப்படிச் செயல்படுதோ, அதேமாதிரியான சிதறலான சொல்முறையைத் தமிழ் நவீன கவிதைக்குத் தன்னோட கவிதைகள் வழியா அறிமுகப்படுத்துறார் ஆத்மாநாம்.

இது, வாசகர்கிட்ட எப்போதுமே ஒரு தயார் நிலையைக் கோருது. கவிஞன் எந்த இடத்தில் தன்னோட சொல்முறையில ஒரு பிறழ்வை ஏற்படுத்துகிறானோ அந்த இடத்தில் தானும் உடனடியா பிறழ்றதுக்கு வாசகர் தயாராக இருக்கணும். அப்படி இல்லேன்னா, வாசகருக்குத் தொடர்பு கிடைக்காமல் போயிடும். அவருக்கு அந்தக் கவிதையின் அந்தரங்கம் பிடிபடாமல் போயிடும். ஆக, கவிஞனுக்கு அனுபவம் நிகழும் அதே கணத்தில் நின்னு அந்தக் கவிதையை வாசிக்க வேண்டிய நிர்ப்பந்தத்துக்கு வாசகர் ஆளாகிறார்.

இரண்டாவது, நவீனத்துவக் கவிதையோட முக்கியமான அடையாளம் சொற்சிக்கனம். இதை ஒரு புதிய எல்லைக்கு நகர்த்துகிறார் – தனது கட்டுப்படுத்தப்பட்ட வரிகள் வழியாகன்னு தோணுது. உதாரணமா, 'சுழற்சி' என்ற கவிதை.

மீன்களின் கண்கள்
நடுச் சாலையில்
கொட்டிக் கிடக்கின்றன
சூரியனின் கூர் கதிர்கள்
நாற்புறமும் சிதறுகின்றன
முற்றிய திராட்சைகளின்
மிருதுத் தன்மை
நோயுற்ற மூதாட்டி
ரிக்ஷாவில் செல்லப்படுகிறாள்
ஹூங்கார ரயில் வருகிறது
எனக்காக.

நோயுற்ற மூதாட்டி ரிக்ஷாவில் 'செல்லப்படுகிறாள்' அப்படின்னு இந்தக் கவிதைல சொல்றார். வாக்கியம் இலக்கண முழுமை அடையணும்னா, 'நோயுற்ற மூதாட்டி ரிக்ஷாவில் செல்கிறாள்' அப்படின்னோ, 'நோயுற்ற மூதாட்டி ரிக்ஷாவில் கொண்டு செல்லப்படுகிறாள்' அப்படின்னோ வந்திருக்கணும். ஆனால் இந்தக் 'கொண்டு' என்கிற சொல்லை ஆத்மாநாம் பறிச்சு எடுத்துடுறாரு. ஆனாலும், அந்தச் சித்திரம் முழுமையானது. மூதாட்டி தானாகப் போகவில்லை; அவளை யாரோ தூக்கிப் போறாங்க என்கிறதும் கிடைக்குது. அதேபோல இன்னொரு கவிதைல, 'ஆன் ஏன்'ன்னு... 'ஆனேன்' என்ற ஒற்றைச் சொல்லை இரண்டு சொற்களாகப் பிரிக்கிறாரு. அப்படிப் பிரிக்கும்போது 'ஆனேன்... ஏன்' எனத் தொனிக்குது..

ஆனா, இதுக்குப் பிரக்ஞைபூர்வமான வாசிப்பு வேண்டியிருக்கு. இது ஒரு பக்கம்ன்னா, இன்னொரு பக்கம் ஆத்மாநாமோட ஒரு பலவீனத்தையும் சொல்ல வேண்டியிருக்கு. பல இடங்கள்ல

இலக்கணத்தையும் இலக்கண ஒழுங்கையும் அவர் நிராகரிக்கிறார். அதைப் பிரக்ஞைபூர்வமாகப் பண்றாரா, என்ன காரணத்துக்காகப் பண்ணுறார்னு கவிதைக்குள்ள துலங்க மாட்டேங்குது.

'நான் என்னுடைய இரண்டு ரோஜாப் பதியன்களைப் பார்க்கப் போகிறேன்'னு தொடங்குற கவிதை. அடுத்து, 'அவை' என்றுதானே வரணும். ஆனா, 'அது' எனக்காகக் காத்திருக்குது என்றுதான் எழுதுறார். ஒருமை, பன்மைக் குழப்பம் எதுக்கு இங்க வருது? சில இடங்களில் செய்வினை, செயப்பாட்டுவினைக் குழப்பம் எதுக்காக வருது? அதை என்ன காரணத்துக்காகப் பண்றாரு?

நீங்க என்ன நினைக்கிறீங்க? உரிய காரணம் தெரிய வரலைன்னா, அதை ஆத்மாநாமோட பலவீனம்னுதான் சொல்லணும்; அதில் தப்பொண்ணும் கிடையாது.

சுகுமாரன்: மொழிப் பிழைன்னுதான் என்னால் எடுத்துக்க முடியுது.

யுவன் சந்திரசேகர்: *பித்துநிலைல வரிகள் உருவாகும்போது இந்தப் பிழைகள் ஏற்படுதுங்கற கிரெடிட்டை நீங்க கொடுக்கமாட்டீங்களா?*

சுகுமாரன்: பித்து நிலையில் எழுதப்பட்ட கவிதைகளும் ஆத்மாநாமிடம் இருக்கு. அந்தக் கவிதைகள்லெ இந்த மாதிரியான பிழைகள் இல்லையே. அவரை அறியாமல் நிகழ்ந்த பிழை என்றுதான் எடுத்துக்கொள்ள முடிகிறது.

யுவன் சந்திரசேகர்: *நீங்கள் ஆங்கிலத்தில் உலகக் கவிதைகளை விரிவாகப் படிக்கிறவர் என்பதால் கேட்கிறேன் – மொழியில் இலக்கணக் குளறுபடிகளை மெனக்கெட்டு உருவாக்கும் போக்கு வேறு மொழிகளில் இருக்குதா? அதிலிருந்து ஆத்மாநாம் இந்தச் சுதந்திரத்தை எடுத்துக்கிட்டார்னு சொல்லமுடியுமா?*

சுகுமாரன்: இருக்கு. பீட் தலைமுறைக் கவிதைகள்ல அந்த மாதிரியான முயற்சிகளையெல்லாம் பண்ணியிருக்காங்க. தமிழ்ல சார்லஸ் ப்யூக்கோவ்ஸ்கிங்கிற பெயரை ஆத்மாநாம்தான் முதல்முறையாகச் சொல்றார். அவருடைய கவிதையை மொழிபெயர்க்கிறார். ஒரு கவிதையை அவருடைய கவிதையின் பாதிப்பிலும் எழுதுகிறார். மொழியில் அப்படிப்பட்ட சொற்களையெல்லாம் உருவாக்கியிருக்காரு ப்யூக்கோவ்ஸ்கி. அதனால அப்படியான முயற்சியை ஆத்மாநாம் செய்ய முயன்றிருக்கலாம்.

யுவன் சந்திரசேகர்: *அப்புறம் ஆத்மாநாமோட மொத்தக் கவிதை உலகமும் அதிருப்தி மேலயும் அவநம்பிக்கை மேலயும் கட்டப்பட்டிருக்குன்னு நாம பேசினோம் இல்லையா? அதோட தொடர்ச்சியா இன்னொண்ணும் சொல்லத் தோணுது. இந்த*

அதிருப்தியையும் அவநம்பிக்கையையும் பொதுச் சமூகம் அல்லது புற அமைப்புச் சார்ந்து மட்டும் அல்ல, தன்மேலேயே போட்டுப் பார்த்துக்கறார்னு தோணுது. உதாரணமாக ‘தும்பி’ என்ற கவிதை.

அப்புறம் இன்னொரு கவிதைல, வேறுவேறு பொருள்கள் வேறவேற வேலைகளைப் பார்த்துட்டு இருக்கிறதைச் சொல்றாரு . . . ஏரி இவருக்காக காத்திட்டிருக்கு . . . ‘நான் மட்டும் கவிதை எழுதிக்கொண்டிருக்கிறேன்’னு சொல்றாரு. கவிதை எழுதறது மகத்துவமான வேலை என்று கோரிக்கொண்டிருந்த நாட்களில், ‘நான் மட்டும் கவிதை எழுதிக்கொண்டிருக்கிறேன்’ என்று அந்த வேலையைப் பற்றித் துக்கமான ஒரு வாக்கியம் வருது.

சுகுமாரன்: ஆத்மாநாமுடைய இத்தனை கவிதைகள்லயும் என்னை ஈர்க்கிற அம்சம், தனக்கான ஒரு வகைமைலெ மட்டும், ஒரு வகைமையான கவிதைகளுக்குள்ள மட்டும் தன்னோட கவித்துவத்தை முடிச்சுக்கலை. பல்வேறு வகைகளை முயற்சி பண்ணிருக்காரு. எளிமையான கவிதைகள், கொஞ்சம் கேளிக்கையான கவிதைகள், விளையாட்டான கவிதைகள், விமர்சனரீதியான கவிதைகள், புரிகிற கவிதைகள், புரியாத கவிதைகள் என பலவகையான கவிதைகளை எழுதியிருக்காரு. அவர் எழுதின காலத்துல கவிதையினுடைய அடிப்படை அலகாகச் சொல்லப்பட்ட ‘படிமம்’ என்ற அணியைத் தன்னுடைய கவிதைகளில் இன்றியமையாத ஒன்றாக அவர் நினைக்கவேயில்லை. ஆரம்பத்தில எழுதின ‘இன்னும்’ கவிதையில மட்டும் அங்கங்கே படிமங்கள் இருக்கே தவிர, அந்தக் கவிதையும் முடியும்போது, ரொம்பவுமே எளிமையான எதார்த்தத் தளத்தில், எந்தப் பூச்சும் எந்தச் சிக்கலும் இல்லாத வரியோடதான் முடிகிறது. ‘வயல்களுக்கப்பால் இருந்த / சூரியன் மேலே சென்றான் / எருமைகள் ஓட்டிச் சென்ற / சிறுவனின் தலையில் வீழ்ந்தான் என்றுதான் முடிகிறது. படிமத்தைப் பயன்படுத்த வேண்டாம்னு அவர் தன்னிச்சையா முடிவெடுத்தாரான்னு யோசிக்கலாம்.

கூடவே இன்னொண்ணையும் சொல்லிடறேன். இந்த முடிவு வரிகள் ‘மனைதிரும்பும் எருமை மேலே எவ்விடம் சேரும் காக்கை’ என்ற ஞானக்கூத்தன் வரிகளையும் எப்பவும் நினைவுக்குக் கொண்டுவரும்.

யுவன் சந்திரசேகர்: *ஆத்மாநாம் எழுத வந்தது, கவிதைகளுக்குள் படிமம் ஓங்கியிருந்த காலகட்டம். அப்போ அதற்கு எதிரான நிலைப்பாட்டை அவர் பிரக்ஞைபூர்வமாகவே எடுத்திருக்கலாம்.*

இரண்டாவது, ப்ளெய்ன் பொயட்ரி, அப்சர்ட் பொயட்ரி, சமயங்களில் ஆன்டி–பொயட்ரி இது மாதிரியானவற்றைத்தான் அவர் முயற்சி செய்து பார்த்திருக்காரு.

ஆனால், அவர் படிமத்தை உபயோகப்படுத்தாமல் இருந்தாரே தவிர, காட்சிகளை உபயோகப்படுத்தாமல் இல்லை. அவருக்கு

இயல்பாவே ஓவியத்தில் இருந்த அக்கறையும் ரசனையும் திரும்பத் திரும்பத் தெரிஞ்சிக்கிட்டிருக்கு. பெரும்பாலான கவிதைகள்ல காட்சிகள் காட்சிகளாவே முன்வைக்கப்பட்டிருக்கு. அவருடைய கவிதைக் காட்சிகள்ல பலவும் ஒருவிதமான சர்ரியலிசத் தன்மை யுடையதாக இருக்கு.

இப்ப எனக்கு அதை ஒட்டி ஒரு கேள்வி.

மேற்கிலிருந்த சர்ரியலிசக் கவிஞர்கள் தங்கள் கவிதைகளை எழுதும்போது, இதுமாதிரியான விலகலான பாணியைப் பயன்படுத்த முனைஞ்சதுக்கு அங்க இருந்த அரசியல் சூழல் காரணமாக இருக்கலாம். அப்போ ஃபேண்ட்டஸி, சர்ரியலிசம் எல்லாமே ஒருவித மிகுபுனைவுங்கற அளவிலதான் செயல்பட்டிருக்கு. அங்கே இருந்த அரசியல், சமூகச் சூழ்நிலை அதுக்கான நிர்ப்பந்தத்தை உண்டாக்கியிருக்கு.

தமிழ்ச் சூழலைப் பொறுத்தவரை, அப்படியான புறச்சூழ்நிலை எதுவும் உணரப்படாத காலத்தில் அந்த இடத்துக்கு ஆத்மாநாம் போயிருக்காரு. இத்தனைக்கும் நெருக்கடிநிலை தொடர்பா அவர் எழுதிய கவிதைகள் மிகவும் வெளிப்படையானவை. நெருக்கடிநிலையைத்தான் பேசுதுன்னு துலக்கமாத் தெரிவிக்கக் கூடியவை. அவ்வளவு தைரியம் உள்ள ஒருத்தர் இந்த மாதிரியான வகைமையை ஏன் தேர்ந்தெடுத்தார்னு கேள்வி எழுது.

சுகுமாரன்: இதுக்கு என்ன பதிலைக் கண்டுபிடிக்க முடியும்!

யுவன் சந்திரசேகர்: *கேள்வியை மட்டுமாவது நாம் பதிவுபண்ணனும்னு நினைக்கிறேன்!*

சுகுமாரன்: இதன் தொடர்ச்சியா, இன்னொண்ணும் சொல்லலாம் – டாடாயிசம், சர்ரியலிசம் இவை எல்லாத்துக்கும் . . . அரசியல் பின்னணி சார்ந்து, ஒரு அரசியல் கருத்தை வெளிப்படுத்த அல்லது சமூகச் சூழ்நிலை பற்றின விமர்சனத்தை வெளிப்படுத்த அவர்கள் வேறொரு, மாற்று உருவத்தைக் கையாளுகிறார்கள்னு சொல்லலாம். அதுக்கு ஒரு தர்க்கம் இருக்கு. நியாயமிருக்கு. ஆனால் தமிழ்ல ஆத்மாநாம் எழுதின அதுபோன்ற கவிதைகளுக்கு அப்படியான ஒரு தர்க்கம் இருக்கா? நியாயம் இருக்கா?

யுவன் சந்திரசேகர்: *பொதுவாவே, ஆத்மாநாம் கவிதைகள் தர்க்கம், அதர்க்கம் அப்படிங்கற இரண்டு எல்லைகளுக்குள்ள போய்ப்போய் வந்துக்கிட்டே இருக்கு. ஆனா, தர்க்கத்தையும் அதர்க்கத்தையும் பிரிக்கிற கோடு அவ்வளவு துல்லியமானதாக இல்லைங்கற பிரச்சினை இருக்கு. அதனால்தான் வகைப்படுத்தறதும் சிரமமாக இருக்கு. அப்புறம், நீங்க டாடாயிசம்ங்கற வார்த்தையை*

உபயோகப்படுத்தினீங்க. அதை வெற்றிகரமா அவர் உபயோகப்படுத்தி யிருக்கிற கவிதைகள் இருக்கு. 'நிஜம்' ஒரு உதாரணம்.

நிஜம் நிஜத்தை நிஜமாக
நிஜமாக நிஜம் நிஜத்தை
நிஜத்தை நிஜமாக நிஜம்
நிஜமே நிஜமோ நிஜம்
நிஜமோ நிஜமே நிஜம்
நிஜம் நிஜம் நிஜம்

இந்தக் கவிதைக்கு அன்னைக்கு ஒரு நூதன மதிப்பு இருந்திருக்க லாம். இன்னைக்கி அதை நீங்கள் எப்படிப் பார்க்கிறீர்கள்?

சுகுமாரன்: அதை, அவரே சொல்ற வார்த்தைக் கூட்டமாகத்தான் பார்க்கிறேன். அன்றைக்கும் அப்படித்தான் தோன்றியது. ஆனா இந்த வார்த்தை விளையாட்டு வேறு சிலரையும் கவர்ந்திருக்கு. அவர்களும் எழுதிப் பார்த்திருக்கிறார்கள். நகுலன், சுந்தர ராமசாமி ஞாபகத்துக்கு வருகிறார்கள்.

யுவன் சந்திரசேகர்: *இப்போ இன்னொரு கோணம் தோணுது: வேறவேற பின்னொட்டுகளுடன் வந்தாலும், ஒரே சொல் திரும்பத்திரும்பப் பிரயோகமாகும்போது தன் மூல அர்த்தத்தை இழந்துவிடுகிறது – என்பதைக் கவிதார்த்தமாகச் சுட்ட முயன்றாரோ!*

ஆனா, பரிசோதனைக் கவிதைகளுக்கு இந்த மாதிரியான விபத்துகள் எப்போதும் நடந்துக்கிட்டே இருக்கும்; ஆத்மாநாமுக்கும் நடந்திருக்கிறதுன்னுதான் சொல்லணும்.

அப்புறம் தர்க்க – அதர்க்க விவாதம் இருக்கு இல்லையா, அதோட தொடர்ச்சியா வேற ஒண்ணு கேட்க வேண்டியிருக்கு. ஆத்மாநாம் கவிதைகள்ல இடம்பெறக்கூடிய 'நான்'கள் கவிதை முடியும்போது நீங்களாக மாறுகிறது. இந்த ஷிஃப்ட் வெற்றிகரமாக வந்திருக்குன்னு நினைக்கிறீங்களா?

சுகுமாரன்: சில கவிதைகள்ல வெற்றிகரமா வந்திருக்கு. 'நாளை நமதே' கவிதையைத் தன்னிலையில இருந்துதான் சொல்ல ஆரம்பிக்கிறாரு. எனக்குப் பிடித்த கவிதைகளில் ஒண்ணு இது.

முடியும்போது மொத்தமா எல்லா நான்களையும் சேர்த்துச் சொல்றாரு. வேறொரு கவிதையில் 'நான்'னு தொடங்கிச் சொல்லிட்டுப் போறாரு. 'நான்தான் அதைப் பண்ணினேன் – இதைப் பண்ணினேன்'னு . . . 'இதையெல்லாம் பண்ணினவன் நான் அல்ல நீங்கள்தான்'னு. உடனே இடம் மாத்தி பொருள் மாத்திச் சொல்றாரு. இதை யார் சொல்றாங்க . . . கவிஞரின் குரலா இல்லை, கவிதைக்குள்ள கொண்டுவரப்படும் பாத்திரத்தோட குரலா என்ற குழப்பத்தை ஏற்படுத்துது.

***யுவன் சந்திரசேகர்:** பொதுவாகவே தமிழ்க் கவிதைகளில் ‘நான்’னு தன்மை ஒருமையில் பேசக்கூடிய கவிதைகள் எல்லாத்துலயுமே கவிதைசொல்லிக்கும் கவிஞனுக்குமான இடைவெளி ரொம்பக் குறைவு. பல நேரங்களில் கவிஞனே கவிதைசொல்லியாகவும் இருந்திருக்கான். இந்தத் ‘தன்மயமாதல்’ உள்ளே இருந்துட்டே இருக்குது. ஆத்மாநாம் கவிதைகளில் இது சம்பந்தமாவும் ஒரு பிளவு இருக்குதுன்னு நினைக்கிறீங்களா?*

சுகுமாரன்: ஆமாம். எல்லாக் கவிதைகளும் கவிஞனே எழுதினதல்ல; கவிஞனே சொன்னதல்ல – அப்படிங்கற தொனியிலெ ஆத்மாநாம் சொல்றாரு. அவருக்குப் பணிவுள்ள ஒரு கீழ்நிலைல இருக்கிற ஒருத்தனுடைய சார்பாகவும், இந்தப் பொருளிலே கவிதையில அவன் குரல் வெளிப்படலாம்ங்கற தன்மையோடெயும் இருக்குது. அவருடைய பாஷைல சொன்னால் கமிட்டட் பொயட்ரி என்ற அடிப்படைல முக்கியமான கவிஞராக அவர் மாறுனதுக்கு ஒரு காரணம் அதுவா இருக்கலாம். நாளைக்குப் புரட்சி வந்துடும்னு கவிஞனாகக் குரல் கொடுக்கிறதைவிடப் புரட்சிக்கான சூழ்நிலை அவசியப்படுகிற ஒரு சாதாரணனைக் கவிதையில் கொண்டுவர்றது. அதனால, பிரச்சாரம் இல்லாம, இயல்பா மனித மனத்தின் வெளிப்பாட்டை அவரால கொண்டுவர முடிஞ்சது.

***யுவன் சந்திரசேகர்:** இன்னொரு இடத்துக்குப் போலாம்– ஓவியத்தோட தாக்கம் அவர் கவிதைகளில் இருந்தது தொடர்பா . . .*

சுகுமாரன்: தனிப்பட்ட முறையில் ஆத்மாநாமைத் தெரிந்திருந்ததுங்கறதால சொல்றேன். இரண்டு துறைகளில் அவருக்குப் பெரும் ஈடுபாடு இருந்தது. எல்லாத் துறைகளிலும் பொதுவான அக்கறை இருந்ததென்றாலும், இசையிலும் ஓவியத்திலும் பெரும் ஈடுபாடு. ஓவியர்களிடம் நட்பு இருந்தது. அவருடைய முதல் தொகுப்புக்கே ஓவியர்களின் ஆலோசனையுடன்தான் வடிவமைப்பைச் செய்திருந்தார் - ஓவியர் முரளிதரன் உள்பட. ‘ஓவிய உலகம்’னு கவிதையும் எழுதியிருக்காரே.

இரண்டாவது, இசைமீதும் பெரிய ஈடுபாடு இருந்தது. தொடர்ந்து இசை கேட்கிறவராகவும் ரசிக்கிறவராகவும் இசைக் கச்சேரிகளுக்குப் போகிறவராகவும், இசைபற்றிப் பேசுவதில் விருப்பம் உள்ளவராகவும் இருந்திருக்கார். என்னை எம்.டி. ராமநாதனிடம் அழைத்துப்போனது ஆத்மாநாம்தான். அவருக்கு எம்.டி.ஆர். மேல் மிகப்பெரிய மதிப்பும் பிரியமும் இருந்தது. எம்.டி. ஆருக்கும் ஆத்மாநாம்மீது வாஞ்சை இருந்தது. ஆத்மாநாமுக்கு ஹிந்துஸ்தானி இசையிலும் ஈடுபாடு இருந்தது. டி.வி. பலுஸ்கர், சித்தேஸ்வரி தேவி பற்றியெல்லாம் முதன்முதலாக எனக்குச் சொன்னவர் அவர்தான். ஆனால், இந்தக் கவிதைகளில் எங்கேயும் அந்த இசையின் சாயல் வரலை. ‘இசை/ஓசை’ என்ற ஒரு கவிதையைத் தவிர.

யுவன் சந்திரசேகர்: *இசை சம்பந்தமான பொருட்கள் மட்டும் வருது – இரண்டு கவிதைகளில். கேஸட் வருகிறது; இசைப்பெட்டி வருகிறது.*

சுகுமாரன்: ஆமாம். இசை தரும் அனுபவமோ, இசை தரக்கூடிய படிமங்களோ, இசைசார்ந்த செயல்களோ உள்ளே வரவேயில்லை. 'வயலினில் என்னை ஒரு நாணாகப் போடுங்கள்' என்ற கவிதை வரி இசை பற்றிய அனுபவம் அல்ல.

யுவன் சந்திரசேகர்: *அதற்குத் தர்க்கபூர்வமான ஒரு நியாயம் இருக்கு இல்லையா. தாளத்தையும் சந்தத்தையும் முழுக்க நிராகரிச்சுட்டு எழுத ஆரம்பிக்கிற ஒரு மனம், இயல்பாவே இசையோட அழகுகள் எதையும் உள்ளே வராம தற்காத்துக்கிறது அப்படிங்கிறது நியாயமாகத்தானே படுது! பார்க்கப்போனால், நவீன கவிதையில் செயல்படுவது, நேரடியான இசைத்தன்மை இல்லையே; உள்ளார்ந்த, சூட்சுமமான, ஓர் 'இசைமை'தானே . . .*

சுகுமாரன்: நியாயம்தான். இதைப் பேசிட்டே வரும்போது தோணுற இன்னொரு விஷயம். 'பல்வேறு குரல்கள் வந்து கவிதைக்குள்ள செயல்பட முடியும்; ஒரே கவிதைக்குள் பல்வேறு குரல்களைக் கேட்கவைக்க முடியும்; தமிழ்ல அதைப் பலரும் முயற்சி பண்ணினாங்க'ன்னு ஆத்மாநாம் சொல்வார். அந்த முயற்சியில் வெற்றியடைந்தவராக அவரையே சொல்லலாம். ஒரே கவிதையில பல குரல்கள். நேரடியாகவும் எதிர்மறையாகவுமே செயல்படக்கூடிய குரல்கள். இது பின்னால புதிதா எழுத வந்தவர்களுக்குப் பெரிய திறப்பையும் ஒரு சுதந்திரத்தையும் கொடுத்திருக்கு. கவிதைக்குள் கேட்பது கவிஞனுடைய குரலாக இருக்க வேண்டிய கட்டாயம் இல்லை; வேற ஒருவரோட குரலையும் கேட்கலாம் என்கிற சுதந்திரத்தைக் கொடுக்குது.

யுவன் சந்திரசேகர்: *அந்த மாதிரியான வாசிப்புக்கு இடம்கொடுக்கக் கூடியதுதான் ஆத்மாநாமின் கவியுலகம். ஆனா, ஒரே கவிதைக் குள்ளேயே ஒரு குரலையும் இன்னொரு குரலையும் பிரிச்சுக் காட்டக்கூடிய கோடு துல்லியமாக இருக்கா?*

சுகுமாரன்: அப்படி இல்லைன்னுதான் தெரியுது. சில கவிதைகளில் வெளிப்படையாகத் தெரியுது; சில கவிதைகளில் இல்லை. அதனாலே என்ன, அப்படி ஒரு சலுகையைக் கவிஞனுக்கு ஏன் கொடுக்கக் கூடாது?

யுவன் சந்திரசேகர்: *தாராளமாக் கொடுக்கலாம்!*

3

சுகுமாரன்: சமூகம் – தனிமனிதன் அப்படிங்கற பிரிவுகளை ஒத்துக்கிட்டும், அதை மறுத்துமேதான் இந்தக் கவிதைகள் எல்லாமே எழுதப்பட்டிருக்கு. சமூகம் சார்ந்த ஒரு கவிதை, தனிமனித மனசில்

இருந்துதான் வர முடியும். தனிமனிதனுடைய ஆதங்கம், சமூகம் சார்ந்த ஒரு பொருளாகவும் வெளிப்பட முடியும் அப்படிங்கற தன்மையை கவிதைக்குள் பண்ணியிருக்கார். சமூகத்தில தன்னுடைய இடம் என்ன என்றும் இந்தக் கவிதைகள் மூலமா எதை நிறுவுகிறார் என்றும் பார்க்க முடியுமா?

யுவன் சந்திரசேகர்: *அவர் தனக்கான இடம்னு எதையுமே அடையாளப்படுத்தல அப்படின்னுதான் தோணுது. நான் முன்னமே குறிப்பிட்ட அந்த நண்பர் சொன்ன மாதிரி . . . ஒரு ஸ்காம்ப் பற்றி உள்வட்டம் சார்ந்து ஒரு கவிதை எழுதுறாரு. இன்னொரு கவிதைல நசுக்கப்பட்டவர்கள், நிராகரிக்கப்பட்டவர்கள் சார்ந்து பேசுறவரா, அவர்களோட பிரதிநிதியாக; இன்னொரு கவிதைல தானே நசுக்கப்பட்டவரா, தானே புறக்கணிக்கப்பட்டவரா, தான் எழுதினா படிக்க மாட்டேங்கிறாங்க என்கிற புகாரைத் தெரிவிக்கக் கூடியவராக இருக்காரு . . .*

சுகுமாரன்: 'எழுதுங்கள் பேனா முனையின் உரசலாவது கேட்கட்டும்'னு சொல்றாரு ஒரு இடத்தில.

யுவன் சந்திரசேகர்: *ஆக, எந்த இடத்திலயும் தன்னைப் பொருத்திக்க முடியலைங்கறத, தொடர்ந்து வெளிப்படுத்திக்கிட்டே இருந்திருக்காரு. ஆத்மாநாமுக்கு குறிப்பிட்ட ஒரு அடையாளத்தைக் கொடுக்க முடியாதுன்னுதான் தோணுது.*

சுகுமாரன்: 'ஆத்மாநாம் தன்னை வெறும் கவிஞனாக அடையாளம் காணுறதை விரும்பலை'ன்னு சொல்லப்படுகிறது. 'ஒரு இலக்கியவாதியா முழுமையாக அடையாளம் காணப்படணும்ன்னு விரும்பினார்' என்றும் பதிவு செய்யப்பட்டிருக்கிறது. அவர் இருந்திருந்தார்னா அதை நிறுவியிருக்கக்கூடும், செஞ்சிருக்கக்கூடும்ன்னு தோணுது. நமக்குக் கிடைச்சிருக்கிற அடையாளம் ஒரு முன்னோடிக் கவிஞனாகத்தானே?

யுவன் சந்திரசேகர்: *மொழிபெயர்ப்பு, சில கட்டுரைகள் தவிர இலக்கியத்தோட வேறெந்த வடிவத்திலாவது அவர் முயற்சி செய்திருக்கிறாரா?*

சுகுமாரன்: பத்திரிகை ஆசிரியராக இருந்திருக்கார். பல்வேறு வடிவங்களில் ஈடுபடுவதற்கான ஆசை, கனவு, அவருக்கு இருந்திருக்கு. நமக்கு இன்னைக்கு தமிழின் முக்கியமான கவிஞர்; முன்னோடிக் கவிஞர். தன்னுடைய கவிதைகளுக்குள்ளேயே கவிதை எழுதுதல் குறித்து, கவிதையாக்கம் பற்றிக் கவிதைகள் எழுதியிருக்காரு. கவிதை எழுதுதல் ரொம்ப மேலான செயல்னோ உன்னதமான செயல்னோ தவிர்க்க இயலாத செயல்னோ அவர் சொல்லவே இல்லை. பெரும்பாலும் எதிர்மறையான அபிப்ராயத்தைத்தான் சொல்றாரு. அது ஏன்னு யோசிக்கலாம்.

யுவன் சந்திரசேகர்: அவருக்கு எல்லாத்து மேலேயும் அதிருப்தி இருக்கும்போது, தான் கைக்கொண்ட வடிவத்துமேலே மட்டும் அதிருப்தி இருந்திருக்காதுன்னு எப்படி அனுமானிக்க முடியும்? அதனுடைய பகுதிதானே இது. அவருடைய ஒட்டுமொத்தக் கவிதை உலகமும் எதன்மேல கட்டப்பட்டிருக்குன்னு சொன்னா, பெரும்பாலும் அதிருப்தி மேலதான்; போதாமை மேலதான். இந்த நிலையற்ற நிலையோட பகுதியாகத்தான் அந்த எதிர்மறையுணர்வையும் நாம பார்க்கணும்.

சுகுமாரன்: ஆத்மாநாம் கவிதைகள்னு நாம பார்க்கிற கவிதைகளில் சின்ன குறைபாடு இருக்கிறதா தோணுது. இந்தக் கவிதைகள் எல்லாம் ஒருவேளை காலவரிசைப்படி தொகுக்கப்பட்டிருக்குமானால் ஒரு கவிஞனுடைய கவிதையாக்க ரீதியாகவும் பிரயாண ரீதியாகவும் மனநிலை ரீதியாகவும் எங்கே தொடங்கி எங்கே வளர்ந்து எங்கே முற்றுப்பெற்றிருக்கார்னு பார்க்க முடியும். அப்படி ஒரு சின்ன குறை இதுவரை நமக்குக் கிடைச்சிருக்கிற கவிதைகள்ல இருக்கு. ஆத்மாநாம் இன்னைக்கி எழுதியிருந்தா எப்படி எழுதியிருப்பார்னு வேடிக்கையாவே யூகம் பண்ணிப் பார்க்கலாம்!

யுவன் சந்திரசேகர்: பண்ணுங்க பண்ணுங்க... ஒருபுறம், இவர்கிட்ட சர்ரியலிசத் தன்மை, டாடாயிசம், காம்ப்ளக்ஸிட்டி வாய்ந்த கவிதைகளைப் பார்க்கிறேன். இன்னொருபுறம், இன்னொரு வகையான கவிதைகள். எளிமை, அவரோட காலகட்டத்தில எழுதப்பட்ட கவிதைகளுக்குச் சமாந்திரமான கவிதைகள். மூன்றாவது வகைல பிரத்யேக எளிமை, இவருக்கேயுரிய பிரத்யேகச் சொல்முறையோட உள்ள கவிதைகளை எழுதியிருக்காரு. தர்க்கபூர்வமாக யோசிச்சுப் பார்த்தால், இளமைத் துடிப்புமிக்க ஆர்வமிக்க நுழைவுக் காலத்துல விளையாட்டுத்தனம் மிகுந்த முதல் வகைக் கவிதைகளையும் அப்புறம் கவிதை பத்தின தீர்மானம் தனக்குள்ளே உருவாகுற காலத்தில இரண்டாம் கட்டக் கவிதைகளையும்; தனக்கான பாதையைக் கண்டடைந்த பருவத்தில் மூன்றாவது வகைக் கவிதைகளையும் எழுதியிருக்கலாம்னு சொல்லத் தோணுது. இவையெல்லாம்கூட யூகங்கள், அனுமானங்கள்தான்.

அப்படி இருக்கிற நிலையில் இன்றைக்குவரை எழுதியிருந்தார்னா தமிழோட மிக முக்கியமான மெட்டாஃபிஸிக்கல் பொயட்டாக அவர் மாறியிருக்கிறதுக்கான வாய்ப்பையும் இதுவரைக்கும் தொகுக்கப்பட்ட கவிதைகளை வைத்துப் பார்க்க முடியுது.

சுகுமாரன்: வடிவரீதியாக உரைநடைக்கு இன்னும் நெருக்கமா, எளிமை சார்ந்து, கவிதைகளைக் கட்டமைச்சிருக்கக்கூடும். இதுவும் ஒரு

யூகம்தான் என்றாலும், இன்று புதிதாக எழுதவரும் இளைஞர்களுக்கு ஆத்மாநாமை ஒரு ஆதர்சமாக வரித்துக்கொள்வதற்கான வாய்ப்பைத் தருது. எளிமையாகக் கவிதையைச் சொல்ல முடியும்; உரைநடையின் இயல்பும் சரளத்தன்மையும் இருந்த அதே நேரத்தில் உரைநடையைத் தாண்டிக் கவிதையை நோக்கிப் போகாத ஒரு போதாமை தன் காலத்தில் இருந்திருக்கு – எளிய சொற்கள் மூலமாகவும் அவற்றைத் தன்வயமாக அடுக்குவதன் மூலமாகவும் ஒரு பிரத்தியேக மொழியை உருவாக்க முடியும்; அதன்மூலம் தனது உலகத்தை வெளிப்படுத்த முடியும்ங்கற நம்பிக்கையை, கட்டமைப்பை நோக்கி ஆத்மாநாம் போயிருக்கலாம் என்பதும் யூகம்தான்.

யுவன் சந்திரசேகர்: ஆத்மாநாமைப் பின்னொற்றி வருகிற இந்தத் தலைமுறைக் கவிஞர்கள் ஆத்மாநாமின் முதல் கட்டக் கவிதைகளைத்தான் தங்களது ஆதர்சமாக வைத்திருக்கிறார்களோ என்ற சந்தேகமும் இருக்கு. அதே மாதிரியான காம்ப்ளக்ஸிட்டி, அதேமாதிரியான புதிர்த்தன்மை உள்ள கவிதைகளை மட்டும் முயற்சி பண்றாங்களோன்னு தோணுது.

சுகுமாரன்: அப்படிப் பண்ணிட முடியுமான்னு தெரியலை. மொழியிலயும் கவிதைகளில் பயன்படுத்தற சொல்லாட்சியிலயும் அவர் ஓரளவு கவனத்தோடதான் பண்ணியிருக்காரு. சில சமயங்களில் உறுதியான அந்தக் கவனம் வெற்றியைத் தந்திருக்கு. சில சமயங்களில் எதிர்பார்த்த வெற்றியைத் தரலை.

யுவன் சந்திரசேகர்: 'நிற்பாடும் புறப்பாடும்' ன்னு ஒரு பிரயோகம் இருக்கு... 'புறப்பாடு'தான் முதலில் கிடைச்சிருக்கணும். அதுக்கு முன்னாடி 'நிற்பாடு' என்ற சொல்லாக்கம் ரொம்பப் புதுசாகவும் நூதனமாகவும் இருக்கு. இது மாதிரியான, சொல் அளவிலான, சோதனைகளை நிறைய பண்ணிப் பார்த்திருக்காரு. வார்த்தைகள் சொற்றொடர்களை மாற்றி அமைக்கும்போது... அந்த 'மூதாட்டி' கவிதையைப் பற்றிப் பேசினோமே.

சில இடங்களில் வெற்றிகரமாகவும் பல சமயங்களில் தோல்விகரமாகவும் இருக்கு. பரிசோதனைரீதியான விஷயங்களில் இதுமாதிரியான விபத்துகளுக்கான வாய்ப்புகள் அதிகம்தான், இல்லையா. பரிசோதனை என்ற காரணத்தாலேயே, கௌரவமான தோல்விகளையும் வெற்றிக் கணக்கில்தான் சேர்க்க வேண்டும்!

சுகுமாரன்: கவிஞன் எப்போதும் வெற்றிகரமான கவிதைகளையே எழுதணும்னு ஒரு நிர்ப்பந்தமும் இல்லை; அவசியமும் இல்லை. பிரம்மராஜன் தொகுத்திருக்கிற இந்தத் தொகுப்பிலேயே துணுக்குகளாக எஞ்சக்கூடிய கவிதைகள் பல இருக்கு.

யுவன் சந்திரசேகர்: *உதாரணமா,*

> இந்த மனிதக்கட்டையை எரிக்க
> ஏன் மரக்கட்டையை அடுக்குகிறீர்?
> அது செய்த பாவம்தான் என்ன?

என்கிற கவிதையைச் சொல்லலாம். அது ஒரு வாசகனாக என்னுடைய மனத்தில் எதையுமே கிளர்த்துவதில்லை; தவிர, மரக்கட்டை என்பது உயிருள்ள பொருள் இல்லையே! பல கவிதைகள் அவருடைய கவிதை உலகத்துலருந்தே வெளியில இருக்குன்னுதான் சொல்வேன்.

சுகுமாரன்: ஒருவகையில் அவருடைய கவிதை சொல்லல்முறை அல்லது கவிதை எழுத்துமுறை காலத்தோடு ஒத்துப்போனது அப்படின்னு சொல்லலாமா?

யுவன் சந்திரசேகர்: *அப்படிச் சொல்ல முடியாது. நிச்சயமாக அவர் ஒரு எதிர்க்குரல். அவருடைய காலகட்டத்துல புழங்குன கவிதை களுக்கு ஒத்துப்போகக்கூடிய, அவற்றோடு இணைவைத்துப் பேசக்கூடிய கவிதைகளை ரொம்பக் கொஞ்சமாத்தான் எழுதியிருக்காரு. பெரும்பாலும் தன்னுடைய பிரத்யேகச் சொல்முறை, தன்னுடைய பாதை வழியாகத்தான் பிரயாணம் பண்ணியிருக்காரு. அதனால அவர் எதிர்க்குரல் என்பதில் எந்தச் சந்தேகமும் கிடையாது. என்ன, சில சமயங்கள்ல தன்னையே எதிர்க்கிற குரலாவும் அது ஒலிச்சிருக்கு. அதுதான் அதனோட விசித்திரம்!*

4

சுகுமாரன்: இத்தனை கவிதைகளிலயும் பார்க்கிறப்போ, ஒவ்வொரு கவிதையும் வேறயா இருக்கணும் அப்படிங்கிற சுயதீர்மானத்தின் பேரில்தான் எழுதியிருக்காரு. ஒரு கட்டத்துல உள்ள கவிதை அடுத்த கட்டத்துல பிரதிபலிச்சிடக் கூடாது – தொடர்ச்சி இருக்கலாம்; ஆனால் நகல் எடுத்துறக் கூடாது என்பதில் அவருக்கு கவனம் இருந்திருக்கு. இரண்டாவது கட்டத்துக் கவிதைகள் மூன்றாவது கட்டத்தில் பிரதிபலிக்கக்கூடாது; ஒவ்வொரு கட்டத்திலயும் தனித்துவமான கவிதைகள். இது ஒரு கவிஞனிடம் பாராட்டப்பட வேண்டிய விஷயம். தன்னைத்தானே நகல் எடுக்கறதுக்குப் பதிலா, தன்னிலிருந்து வந்து முன்னால போறதுங்கற பெரிய முயற்சியைத் தொடர்ந்து செஞ்சிருக்கார். அந்த மதிப்பை அவருக்குக் கொடுக்கலாம். இந்தக் கவிதைகளை வாசிக்கிறபோது சில ஒற்றுமைகளைப் பார்க்க முடியுது. ஆரம்பத்தில இருந்து பல கட்டங்களிலாகச் சொல்லப்பட்ட கவிதைகளில், ரோஜாப்பூவைப் பார்க்க முடியுது. குறியீடாகவோ படிமமாகவோ தொடர்ந்து வந்துக்கிட்டிருக்கு.

இன்னொண்ணு 'காகம்'. 'காக வேதம்', 'அழைப்பு' கவிதைகளில் காகம்தான் மையம்.

யுவன் சந்திரசேகர்: *ஆமாம். காகம் திரும்பத்திரும்ப வருது. மலர்களில் 'ரோஜா'ங்கற ரொமாண்டிக்கான ஒன்றைத் தேடிப்போற ஒருத்தர், பறவைகள்ல சிட்டுக்குருவியையோ மயில் போன்ற நளினமான ஒரு பறவையையோ குயில் மாதிரி அருவத்தின் குறியீட்டையோ தேடிப் போகலை; காக்காகிட்ட ஏன் போகிறார்னு பெரிய ஆச்சரியம் எனக்கு. தன்னுடைய கவிதைகளில் முழுக்கமுழுக்கத் தீனர்கள் பக்கமாக நிற்க முயன்றிருக்கிற ஒருவர், பறவைகளிலும் 'ஒதுக்கப்பட்ட' பறவை சார்பாகப் பேசுறார்னு தோணுது.*

ரோஜா ரோஜாவாகவே அவர் கவிதைகளில் வருது இல்லையா . . . ஆனால் காக்கா அப்படி இல்லை. அவர் கவிதைகள்ல வர்ற காகம் எந்நேரமும் காகமாக மட்டும் வரலை. பித்ருக்களாக வருது. காக்காமேல என்னவெல்லாம் ஏத்திப் பாக்கப்பட்டிருக்கோ, சமயம் சார்ந்தும் நம்மோட மரபு சார்ந்தும் காக்கை மேல என்னவெல்லாம் சுமை ஏறியிருக்கோ, அதையும் சேர்த்துத் தூக்கிட்டுத்தான் அந்தக் காகம் ஆத்மாநாம் கவிதையில பறந்து வருது.

திரும்பத்திரும்பக் காகங்களைப் பாடின கவிஞன் எனது நேசத்துக்குரியவனாகவே இருக்கிறான். அதற்காகவே அவனுக்கு நூற்றுக்கு நூறு மார்க் கொடுப்பேன்.

சுகுமாரன்: தமிழ்ல நிறைய கவிஞர்கள் காகங்களைச் சொல்லிக் கொண்டே இருக்கிறார்கள், யுவன் சந்திரசேகர் உட்பட. ஞானக்கூத்தன் எழுதியிருக்கார்; சு.ரா எழுதியிருக்கார். இம்மை வாழ்வைத் தாண்டின ஒரு உலகத்துமேல ஏக்கம், மெட்டாஃபிஸிக்கலான ஒரு கவிதையுலகத்தை நோக்கிப் போகிற ஒரு தடயம் என்று இதைச் சொல்லலாமா?

யுவன் சந்திரசேகர்: *அந்தச் சாத்தியத்தையும் உள்ளடக்கிய தடயம். ஆத்மாநாம் ஊக்கமாகச் செயல்பட்ட அதே காலகட்டத்தில், புழுக்கமும் புழுதியும் நிறைந்த சமகால, நடைமுறை உலகம்; இதுக்குச் சம்பந்தமே இல்லாத, வேறு எதுவுமே தீண்ட முடியாத வேதாந்த விசாரம் கொண்ட வேற ஒரு மாற்று உலகம் இரண்டுமே தமிழ்க் கவிதையில் சித்தரிக்கப்பட்டிருக்கு. இரண்டு உலகத்துக்கும் மாறி மாறிப் போய் வர்றவராக இருந்திருக்காரு ஆத்மாநாம்.*

ஒருவேளை, காக்கா இரண்டு உலகத்துக்கும் பொதுவான ஒரு குறியீடாகப் பட்டிருக்குமோன்னு தோணுது. ஒரு நிஜமான தரப்பையும், இன்னொரு மாயத் தரப்பையும் ஒரே நேரத்தில பிரதிநிதித்துவப்படுத்துகிற பறவையாக அவருக்குத் தோணி யிருக்கலாம்.

சுகுமாரன்: வெவ்வேறு வகையான கவிதைகளை எழுதியிருக்கார், பல்வேறு குரல்களோட கவிதைகளை எழுதியிருக்கார்னு சொல்ற மாதிரியே புறக் கவிஞர்களால ரொம்ப பாதிக்கப்பட்ட ஒரு கவிமனமும்தான் அவர்.

'இன்னும்' என்கிற அவரோட கவிதை 'நாற்றங்கால்' என்கிற பெயரில் தொகுக்கப்பட்ட தொகுப்பில் இடம்பெறுது. ஏற்கெனவே மேற்கோள் சொன்ன மாதிரித்தான், 'புறாக்கள் பறந்து போகும்/ கழுத்திலே வைரத்தோடு' கவிதை ஞானக்கூத்தனின் பாதிப்பில் எழுதப்பட்டது. ஜோஸஃப் ப்ராட்ஸ்கியைப் படிச்சப்போ எழுதப்பட்ட கவிதையும் இருக்கு. 'இழுப்பறைகள் கொண்ட மேஜை'. குந்தர் க்ராஸின் கவிதையை முன்மாதிரியாக வைத்து எழுதிய கவிதை 'ஏதாவது செய்'. 'இவர்களை எல்லாம் எனக்குத் தெரியும்'ன்ற கவிதை சார்லஸ் புக்கோவ்ஸ்கி பாதிப்பில் எழுதப்பட்டது.

யுவன் சந்திரசேகர்: *குந்தர் கிராஸ் கவிதையை மொழிபெயர்த்திருக் காரு. டூ சம்திங்–ஐயும் அவர் எழுதியிருக்கார்னு பிரம்மராஜன் சொல்கிறார். இதை ரொம்ப சாதகமான அம்சமாகத்தான் பார்க்கிறேன். தன் காலகட்டத்திய, தன் பார்வைக்குள்ளே வந்த, கவிஞர்கள் எல்லாரையும் தனக்குள்ளே சுவீகரிச்சுக்கற சுதந்திரம் அவர்கிட்ட இருந்திருக்கு. தன்னுடைய கவிதைன்னு ஒண்ணை வரையறுத்துக்கிட்டு இதுக்குள்ள மட்டும்தான் நான் செயல்படுவேன்கிற பிடிவாதம் இல்லாம இருந்திருக்கார். ஒருவிதத்துல இது ஒரு கவிஞனுடைய சுதந்திரம் சார்ந்த விஷயம்.*

சுகுமாரன்: அதைத் தாண்டி இன்னொரு சுவாரசியமான அம்சமும் இருக்கு. தன்னுடைய மொழியின் கவிதையை இன்னொரு பெரிய எல்லைக்கு நகர்த்திட்டுப் போறது. வேறு அனுபவங்கள் மூலமா, வேறுவகை மொழிதல்கள் வழியா தன்னுடைய கவிதைகளின் பரப்பை விரிக்கிறதுன்னு. இந்தப் பாதிப்புக் கவிதைகள் எல்லாத்திலயுமே, பாதித்த கவிஞர்களைவிட, ஆத்மாநாம்தான் தெரிகிறார் என்பது அவருடைய வெற்றி.

யுவன் சந்திரசேகர்: *ஆமாமாம். அவருடைய ஒட்டுமொத்த உலகத்தின் சாயல்தான் அந்தக் கவிதைகளிலேயும் பதிவாகியிருக்கு.*

சுகுமாரன்: அப்படின்னா ஆத்மாநாமுடைய மொத்த உலகம் எந்த அடித்தளத்திலிருந்து மேலெழுகிறது என்று சொல்லக் கூடும்?

யுவன் சந்திரசேகர்: *கசப்பு, எரிச்சல் போன்ற எதிர்மறை உணர்வுகள் இல்லாத ஒரு போதாமை . . . சமகாலத்தோட, தனது நடைமுறைச் சமூகத்தின் எந்த அலகோடயும் அவரால பொருத்திக்க முடியலை என்கிற துயரம்தான் இருக்குது . . . ஒரு வசவு வார்த்தைகூட இல்லை; விமர்சன ஆவேசம் இல்லை; சீற்றம் இல்லை. நெருக்கடி*

நிலையைப் பற்றிப் பேசும்போதும்கூட அடங்கின உணர்வோட, ஒரு எள்ளலோடதான் சொல்றாரு. போதாமையை அனுபவமாகக் கொண்ட ஒரு தீனனோட அடங்கின குரல்லதான் பேசுறார்.

சுகுமாரன்: இதுதான் அவரது மனநிலைன்னு வச்சிக்கிட்டாக்க, கவிதையைத் தாண்டியும் தனிப்பட்ட முறையிலும் அவரைத் தற்கொலைக்குத் தூண்டினதுக்கு அந்த மாதிரி அன்னியப்பட்ட மனிதனாக உணர்ந்ததுதான் காரணமாக இருக்குமா?

யுவன் சந்திரசேகர்: *செயல்பட்டுக்கொண்டிருந்த, அதிலும் வெற்றிகரமாகச் செயல்பட்டுக்கொண்டிருந்த, அங்கீகரிக்கப்பட்ட ஒரு கவிஞனைத் தற்கொலைக்குத் தூண்டுவதற்கு அவனது சொந்த வாழ்க்கை மட்டும் காரணமாக இருந்திருக்கும்னு நான் நம்பவே மாட்டேன். அப்போ வேறொரு கேள்வி எழுது: இந்த ஒட்டுமொத்தக் கவிதை உலகம் மூலமா தனது சக மனுஷன்கிட்ட ஆத்மாநாம் கோருவது என்ன? அவருடைய விண்ணப்பம்தான் என்ன?*

சுகுமாரன்: குறைந்தபட்சம், 'பணிவோடு என்னைப் புரிந்துகொள்ளுங்கள்' என்ற கோரிக்கையாக இருக்கலாம்.

யுவன் சந்திரசேகர்: *சுகுமாரன், இது அவருடைய கவிதை வரிதானே?*

'பணிவோடு என்னைப் புரிந்துகொள்ளுங்கள்' என்கிறாரா? 'பணிவோடு ஒருத்தரை ஒருத்தர் புரிந்துகொள்ளுங்கள்' என்கிறாரா?

சுகுமாரன்: 'என்னைப் புரிந்துகொள்' என்று சொல்லும்போதே, நான் என்னையும், நீ உன்னையும், நான் நம்மையும் அப்படிங்கற மாதிரியான பல அடுக்குகளுக்குள்ள அது போய்ச் சேரும். அவரே சொல்ற மாதிரி மொசைக் தரையில் குண்டூசி சிதறின மாதிரி வாழ்க்கை சிதறிப் போயிருக்கு; எடுக்க முடியாம, மனித வாழ்க்கை தேடி எடுக்க முடியாத மாதிரி இருக்கு. இந்தத் தேடலை அவர் கவிதையில தொடர்ந்து பண்றாரு. அல்லது அப்படி ஒரு நியாயத்தை இந்தக் கவிதைகளுக்குக் கற்பிக்கலாம். மொத்த இருப்பையும் பொறுத்துக்கொள்ள முடியாத, அதை ஏற்றுக்கொள்ளத் தயங்குகிற அன்னியப்பட்ட ஒரு மனம்தான். ஆனால், இப்படி அன்னியப்பட்ட மனம் வெறுமனே இருப்பின்மீது கசப்பைப் புகட்டுவதற்குப் பதிலா, ஒரு பெரிய சுதந்திரத்தைத் தனக்குத்தானே வழங்கிக்கொள்கிறது. மொழியிலே, கவிதை சொல்ற முறையிலே, தன்னுடைய செயல்பாடுகள்லே இது பெரிய சுதந்திரத்தை அவருக்குக் கொடுக்குது. அதுதான் ஆத்மாநாமை முன்னோடிக் கவிஞனாக, தனித்துவமானவராக ஆக்குகிறது என்று தோன்றுகிறது.

இவ்வளவும் பேசினதுக்குப் பிறகு, ஆத்மாநாமை பெருங்கவி, மேஜர் பொயட் என்று ஸ்தாபிக்க முடியுமா? அப்படி ஸ்தாபிக்க வேண்டிய தேவை இருக்கிறதா?

யுவன் சந்திரசேகர்: தமிழ் மொழியோட விமர்சகர்கள், வாசகர்கள் உருவாக்கியிருக்கக்கூடிய விமர்சனக் களன் இருக்கே, அது ரொம்பக் காத்திரமானது. பாரதியைப் பற்றியே இன்னும் உருப்படியான ஒரு முடிவுக்கு வந்துசேரவில்லை யாரும். அதனால் அவசர அவசரமாக முடிவுசெய்ய வேண்டியதில்லை. மேஜர் பொயட்கள் மட்டும்தான் ஒரு மொழிச்சூழலின் முன்னோடிகளாய் இருந்தாகணும்னு நிர்ப்பந்தம் ஒண்ணும் இல்லை. மேஜர் பொயட்டோ இல்லையோ ஆத்மாநாம் ஒரு முன்னோடிக் கவிஞன், அசலான கவிஞன். அதில் எந்தச் சந்தேகமும் வேண்டியதில்லை.

ஊட்டியில் 2015 ஜூலை 17, 18 தேதிகளில் பதிவு செய்யப்பட்ட உரையாடல். ஒலிப்பதிவைக் கேட்டு எழுதித் தொகுத்தவர்:
ஷங்கர்ராம சுப்ரமணியன்

இந்நூலில் இடம்பெற்றுள்ள கவிதைகள் 'ஆத்மாநாம் படைப்புகள்' (பதிப்பாசிரியர்: பிரம்மராஜன்) முதல் பதிப்பு 2002, காலச்சுவடு பதிப்பகம் வெளியீட்டிலிருந்து எடுத்தாளப்பட்டிருக்கின்றன.

காலச்சுவடு பப்ளிகேஷன்ஸ் (பி) லிட்.
Published by Kalachuvadu Publications Pvt. Ltd.,
669 K.P. Road, Nagercoil 629001, India
Phone: 91-4652-278525
e-mail: publications@kalachuvadu.com

07/2022/S.No. 1091, kcp 3637, 18.6 (1) 9ss